अस्पृष्य कोण होते
आणि ते अस्पृष्य कसे बनले?

डॉ. बी. आर आंबेडकर

डायमंड बुक्स
www.diamondbooks.in

© प्रकाशकाधीन

प्रकाशक :डायमंड पॉकिट बुक्स (प्रा.) लि.
X-30, ओखला इंडस्ट्रियल एरिया, फेज-II
नई दिल्ली-110020.
फोन : 011-40712200,
ई-मेल : wecare@diamondbooks.in
वेबसाइट : www.diamondbooks.in
संस्करण : 2025

अस्पृष्य कोण होते आणि ते अस्पृष्य कसे बनले?
Achhoot Koun The Aur Kaise Bane (Marathi)
by : *Dr. Bhimrao Ambekkar*

भूमिका

हे पुस्तक माझे दुसरे पुस्तक 'शूद्र कोण होते आणि ते हिंदी आर्य समाजाचा चौथा भाग कसे बनले ? (अर्थात शूद्रांचा शोध) चा उर्वरीत भाग आहे. जे १९४६ मध्ये प्रकाशित झाले होते. आज हिंदू संस्कृतिने आणखी तीन सामाजिक वर्गाला जन्म दिला आहे, ज्याकडे जितके लक्ष जाण्यास हवे होते, तितके नाही गेले. ते सामाजिक वर्ग आहेत,

१) गुन्हेगारी जाती (Crimainal Tribes) ज्यांची लोकसंख्या अंदाजे दोन करोड आहे.

२) आदिवासी जाती (Aboriginal Tribes) ज्यांची लोकसंख्या अंदाजे दोन करोड आहे.

३) अस्पृष्य जाती (Untouchables) ज्यांची लोकसंख्या अंदाजे पाच करोड आहे.

दुर्देवाची गोष्ट अशी की आज देखील या जाती अस्तित्त्वात आहेत जो की एक कलंक आहे. या जातीच्या आवस्थेला हिंदू संस्कृतीला जबाबदार मानले, तर तिला संस्कृती असे म्हणता येणार नाही. तिला तर मानवतेचा गळा घोटणारी तसेच गुलाम करण्यासाठी सैतानाचे षडयंत्र समजले पाहिजे. सैतानीपणा असे त्याला तर म्हणायला हवे. जगण्यासाठी चोरी करणे हा धर्म आहे, असे शिकवले आणि ज्यांनी अशा लोकांच्या एक मोठ्या लोकसंख्येला जन्म दिला, त्या संस्कृतीला आपण काय बोलणार? दुसरी मोठी संख्या, संस्कृतिच्या नावाने आपला रानटीपणा करण्यासाठी मुक्त सोडली आणि तिसरी मोठी संख्या, जिला सामाजिक कक्षे पलिकडची समजण्यात आले आणि ज्यांचा 'स्पृष्य' देखील अमान्य केला.

इतर कोणत्याही देशात असे वर्ग अस्तित्त्वात असते तर तिथल्या लोकांनी त्यांच्या हृदयाचा शोध घेतला असता आणि त्याची मूळ कारणे शोधण्याचा प्रयत्न केला असता. परंतु हिंदूना यापैकी एकही गोष्ट करावी असे वाटले नाही, याचे कारण स्पष्ट आहे.

अस्पृष्य वर्गाने अशा आवस्थेत जगावं यात हिंदूंना लाज वाटण्यासारखे काहीही वाटत नव्हते. याबद्दल ना त्यांना पश्चाताप करावा वाटतो ना याच्या मुळाचा शोध घेण्याची त्यांची इच्छा आहे. या उलट हिंदूंना असे शिकवले जाते की त्यांची संस्कृती केवळ प्राचीनच नाही तर अद्वितीय आणि श्रेष्ठ आहे. ही बाब न अविरत ते अभिमानाने सांगत असतात. हिंदू संस्कृती फार प्राचीन आहे हे समजण्यासारखे आहे आणि मान्य देखील केल्या जाऊ शकतं परंतु ही गोष्ट समजण्याच्या पलिकडची आहे की ते हिंदू संस्कृतीला महान आणि श्रेष्ठ (युनिक) कशाच्या आधारे मानतात ? हिंदूना ते आवडणार नाही पण बिगर हिंदूचा संबंध असल्याने, या प्रकारच्या समजण्याला एकच आधार असू शकतो. अस्पृष्य वर्गाचे अस्तित्त्व ज्याची जबाबदारी हिंदू संस्कृतीवर आहे. कोणत्याही हिंदूला हे वेगळे सांगण्याची आवश्यकता नाही की हिंदू हा अनोखा धर्म आहे, कारण हे कोणी नाकारत नाही. हिंदूना हे समजले असते की ही बाब अभिमान (प्राईड) बाळगण्याची नाही तर लाज (शेम) वाटण्याची गोष्ट आहे. हिंदू संस्कृतीचा विवेक, श्रेष्ठता आणि शुद्धतेवर लोकांचा जो खोटा विश्वास आहे, त्याला कारण आहे, हिंदू विद्वानांची विचित्र अशी सामाजिक मानसिकता.

सगळी बुद्धिमत्ता ब्राह्मणांमध्येच ठासून भरलेली आहे, असे त्यांचे म्हणणे आहे परंतु दुर्दैवाने आजपर्यंत एकाही ब्राह्मणाने व्हॉल्टेअर सारखे कार्य केलेले नाही. व्हॉल्टेअरमध्ये माणूसकी होती, त्यामुळे तो ज्या कॅर्थलिक चर्चमध्ये वाढला, त्या विरोधातच त्याने बंड केले. ब्राह्मणांत असा एखादा व्हॉल्टेअर निर्माण होण्याची भविष्यातही शक्यता नाही. ब्राह्मणासामोर हे आव्हानच आहे की त्यांच्यात एकाही व्हॉल्टेअर कसा जन्माला आला नाही ? यात काही आश्चर्य असणार नाही की ब्राह्मण हे केवळ शिकलेले लोक आहेत, त्यांच्यात विद्ववत्ता नाही आहे. दोघांत जमिन अस्मानचा फरक आहे, पहिला वर्ग जागृत असतो, तो त्याच्या वर्गाच्या हिताची काळजी न करता स्वतंत्रपणे वागू शकतो. ब्राह्मणांत व्हॉल्टेअर का जन्मला आला नाही, त्याचे कारण ब्राह्मण फक्त शिकले, विद्वान बनले नाहीत.

ब्राह्मणांत व्हॉल्टेअर का पैदा झाला नाही ? या प्रश्नाचे उत्तर दुसऱ्या प्रश्नाद्वारे देखील दिल्या जाऊ शकेल. तुर्कीच्या सुलतानाने इस्लामिक जगाचा धर्म का नष्ट केला नाही ? एकाही पोपने कॅर्थोलिक धर्माचा निषेध का केला नाही ? ब्रिटिश संसदेने सर्व निळया डोळयांच्या मुलांना मारण्याचा कायदा का केला नाही ? सुलतान, पोप किंवा ब्रिटिश पार्लमेंट हे सर्व करू शकले नाही याच कारणासाठी ब्राह्मण एकही व्हॉल्टेअर निर्माण करू शकले नाहीत. हे मान्य केले पाहिजे की एखाद्या व्यक्तीचे आचरण त्याच्या किंवा त्याच्या वर्गाच्या स्वार्थाने आंतरिकरित्या बांधलेले असते आणि त्याची

बुद्धिमत्ता देखील त्यानुसार कार्य करते. आज हिंदू समाजात ब्राह्मणांना जी सत्ता आणि स्थान मिळाले आहे ते सर्वस्वी या हिंदू संस्कृतीमुळे आहे, जे त्यांना श्रेष्ठ पुरूष म्हणून स्वीकारते आणि खालच्या वर्गातील लोकांवर अनेक प्रकारची बंधने लादते जेणेकरून ते कधीही बंड करणार नाहीत आणि ब्राह्मणांचे श्रेष्ठत्व नाकारणार नाहीत हे स्वभाविकच आहे. ब्राह्मण, मग तो सनातनी मताचा असो किंवा प्रगतशील, पुराहित असो वा गृहस्थ किंवा पंडित, अंपडित असो, त्याचा फायदा याच्यात आहे की ब्राह्मणाचे श्रेष्ठ स्थान कायम राहील. व्हॉल्टेअर कसा जन्माला येईल ? ब्राह्मणांमध्ये जर एखादा व्हॉल्टेअर जन्माला आला तर तो हिंदू संस्कृतीसाठी धोक्याचा ठरेल. ब्राह्मणांनी धर्मग्रंथांची रचनाच स्वतःला महान आणि श्रेष्ठ ठरविण्यासाठी केलेली आहे. आपल्या हक्कावर गदा येणार नाही, याची ते सतत काळजी घेत असतात. त्यावर एक अंतर्गत प्रतिबंध लावलेला आहे, ज्यामुळे त्याची प्रतिभा त्या मर्यादेच्या बाहेर जात नाही, ज्या मर्यादेपर्यंत त्यांची इमानदारी आणि सत्यामुळे प्रतिभेचा विकास व्हायला हवा होता. त्यांना याची काळजी असते की यामुळे त्याच्या वर्गाचे आणि हिताचे नुकसान होणार तर नाही.

परंतु जी गोष्ट ब्राह्मणांना अस्वस्थ करते, ती आहे, ब्राह्मणी साहित्याचा पोकळपणा सिद्ध करण्याचा कोणताही प्रयत्न ब्राह्मण पंडिताला सहन होत नाही. तो स्वतः जिथे गरजेचे आहे, तिथे देखील मूर्ती पूजेच्या विराधात जाणार नाही.

तो अशा गैर-ब्राह्मणाला, ज्याच्यात असे करण्याची हिंमत आणि धाडस आहे, करू देणार नाही. एखाद्या गैर-ब्राह्मणाने असे करण्याचा प्रयत्न केलाच तर, सगळे ब्राह्मण कारस्थान करून तोंडावर बोट ठेवतील. त्याच्या बोलण्यावर विश्वासच ठेणार नाहीत. दुसऱ्याच एखाद्या किरकोळ विषयावरून त्याच्यासोबत भांडण काढतील. त्याचे लेखन किंवा कामाला एकदम निरर्थक ठरवले जाईल. ब्राह्मणी साहित्याला खोटे ठरविण्याचा प्रयत्न करीत असताना अशाप्रकारच्या नीच व्यवहाराचा मी बळी ठरलो आहे.

ब्राह्मण पंडिताच्या अशा नीच व्यवहारानंतर जे काम मी हाती घेतले आहे, ते मी करीत राहिले पाहिजे. हा एक असा विषय आहे, या वर्गांची निर्मिती कशी झाली, याचा शोध घेण्याची आवश्यकता आहे. या पुस्तकात या दुर्देवी वर्गापैकी एकावर विचार करण्यात आला आहे. तीन पैकी अस्पृष्यांची संख्या सर्वाधिक आहे आणि त्यांचे अस्तित्त्व देखील सर्वाधिक मानवता व निसर्गाच्या विरोधात आहे. इतके होऊनही आतापर्यंत अद्याप त्याच्या मूल किंवा उत्पत्तीचा शोध घेण्याचा कोणताही प्रयत्न झाला नाही. त्यांची संख्या देखील सर्वाधिक मानवता व निसर्गाच्या विरोधात आहे. इतके

असतानाही अद्याप त्याच्या मूळ किंवा उत्पत्तीचा शोध लावण्याचा प्रयत्न झाला नाही. हिंदूंने असे करण्यास सूरूवातच केली नाही, हे लक्षात येतं. जुन्या हिंदूंना अस्पृष्यतेचे पालन करण्यात काही विसंगत वाटत नव्हते. त्यांच्यासाठी ही एक सामान्य आणि स्वभाविक विषय होता. यासाठी त्यांना पश्चाताप वाटावा असे काही नाही आणि कोणते कारण देण्याची आवश्यकता वाटत नाही. आधुनिक नवीन विचाराच्या हिंदूंना यात दोष दिसतो, पण यावर सार्वजनिकरित्या करायला त्यांना लाज वाटते. त्यांना या गोष्टीची भीती वाटते की विदेशी लोकांना हे समजू नये की हिंदू संस्कृती अशाप्रकारची निंदनीय तसेच विषारी व्यवस्था आहे किंवा सामाजिक व्यवस्था आहे, जी कि अस्पृष्यतेसारख्या अमानवीय मानसिकतेची जनक आहे. परंतु आश्चर्याची गोष्ट आहे की अस्पृष्यतेने सामाजिक संस्थेच्या युरोपियन विद्यार्थ्यांचे लक्ष देखील वेधून घेतले नाही. असे का झाले ? हे लक्षात येणे कठीण आहे ? परंतु विषय तसाच आहे.

म्हणून हे पुस्तक या विषयावर आहे, ज्याची प्रत्येकालाच आवश्यकता आहे. एक मार्गदर्शक प्रयत्न समजल्या जाऊ शकतो. मी तर असे म्हणतो की हे पस्तक मुख्य प्रश्नाच्या प्रत्येक अंगावरच विचार करीत आहे, ज्यावर विचार करणे पुस्तकाचा उद्देश आहे, तर अस्पृष्यतेचा उगम आणि या संदर्भात सर्वच प्रश्नांवर विचार करीत आहे. काही प्रश्न तर असे आहेत, ज्यांचं फारच कमी लोकांना ज्ञान आहे, आणि ज्यांना आहे, ते बिचारे हैरान आहेत. त्यांना समजत नाही की ते या प्रश्नांचे काय उत्तर देणार आहेत ? त्या प्रश्नांपैकी काहींची उत्तरे या पुस्तकात देण्यात आली आहेत, असे आहेत १) अस्पृष्य गावच्या बाहेर का वास्तव्य करतात ? गोमांसाहार अस्पृष्यतेमुळे का सोडून देण्यात आले ? ब्राह्मण का शाकाहारी बनले ? या पुस्तकात प्रत्येक प्रश्नाचे उत्तरे देण्यात आले आहे. शक्य आहे, या पुस्तकात देण्यात आलेली उत्तरे सर्व दृष्टीने परिपूर्ण नसतील, परंतु हे मान्य करावे लागेल की हे पुस्तक जुन्या विषयावर नव्या दृष्टीने विचार करण्याचा एक प्रयत्न आहे.

या पुस्तकात अस्पृष्यतेच्या उगमाबद्दल जे विचार मांडण्यात आले आहेत, ते अगदीच नवीन आहेत, त्यातील मुद्दे खालीप्रमाणे आहेत.

१. हिंदू आणि अस्पृष्यात (race) वंशाच्या संदर्भात वेगळेपण नाही.
२. अस्पृष्यतेच्या उगमापुर्वी आपल्या मूळ स्वरूपात हिंदू आणि अस्पृष्यतेचा भेद एका तुकडीचे लोक (tribes) तसेच दुसऱ्या टोळीपासून विभक्त झालेले लोक (broken men from alien tribes) यांच्यातील फरक होता. हे विभक्त झालेले लोकच पुढे चालून अस्पृष्य ठरवल्या गेले.

३. ज्याप्रमाणे वंशाचे वेगळेपण अस्पृष्यतेचे कारण नाही, अगदी त्याच प्रमाणे व्यावसाय भिन्नता अस्पृष्यतेचे कारण नाही आहे.

४. अस्पृष्यतच्या उगमाचे दोन कारणं आहेत.

अ) ब्राह्मणांनी बहिस्कृत केलेले लोक आणि बौद्धांचा तिरस्कार व घृणा करणे.

ब) इंतरांद्वारा गो-मांस खाणे सोडून दिल्यानंतरही विभक्त लोकांद्वारे गो-मांस खत रहाणे.

५. अस्पृष्यतेचा शोघ घेताना आपण ही काळजी घेतली पाहिजे की आपण अस्पृष्य आणि अपवित्रतेला एकच समजावे. जितके परंपरावादी लेखक आहेत, त्यांनी अस्पृष्य आणि अपवित्रतेला एकच समजले आहे. ही एक चूक आहे. अस्पृष्य आणि अपवित्र वेगवेगळे आहेत.

६. अपवित्रतेचं अस्तित्त्व धर्मसूत्राच्या काळापासून आहे, अस्पृष्यता फार उशीरा म्हणजे ४०० ई. पासून अस्तित्त्वात आली.

हे निष्कर्ष ऐतिहासिक शोधांचा परिणाम आहे. एका इतिहासकाराला आपल्या समोर जे लक्ष्य ठेवायचे पाहिजे, ते गोएथे यांनी योग्य शब्दात मांडले आहे.

इतिहासकाराचे कर्तव्य आहे की त्याने सत्याला असत्यापासून, निश्चयाला अनिश्चयापासून तसेच संदिग्धला अस्वीकारणीयपासून वेगळे केले पाहिजे. प्रत्येक संशोधकाने स्वतःला असे समजले पाहिजे की जणू तो एखाद्या खटल्याचा निकाल लावण्यासाठी जज म्हणून बसला आहे. त्याला केवळ याचा विचार कररायचा आहे की साक्षीदाराच्या साक्षीनंतर स्पष्ट निकाल काय असेल ? त्याला फक्त पुढील निष्कर्ष काढून निकालावर निर्णय द्यायचा आहे. त्याचा निकाल मग खटल्याशी विसंगत असला तरी चालेल." संबंधीत आवश्यक घटना माहित आहे. हा तमाम उपदेश फारच किमती आहे आणि गरजेचा आहे. परंतु गोएथेने आपल्याला हे नाही सांगितले की इतिहासकाराला ज्यावेळी मधली साखळीच नाही मिळाली, आणि त्याला महत्त्वपूर्ण घटनेच्या मधला परस्पर संबंधाचा कसला पुरावाच नाही मिळाला, इतिहासकाराने काय करावे ? हे मी यामुळे म्हणत आहे की अस्पृष्यतेच्या मुळाचा शोध घेणे तसेच दुसऱ्या अशा संबंधीत समस्या सोडविण्याच्या प्रयत्नात मला अनेक धागे सापडले आहेत. अशा बाबतीत मी एकटा आहे असे नाही. प्राचीन भारताच्या सर्व अभ्यासकांना ही समस्या आली आहे. भारतीय इतिहासाची चर्चा करताना माउंट स्टुअर्ट एरिफस्टनने लिहिले आहे, "एलेक्झांडरच्या आगमनापुर्वी एखाद्या मोठ्या सर्वाजनिक घटनेची तारीख सांगणे कठीण आहे, आणि इस्लामच्या विजयापुर्वी कृत्रीम परिवर्तनात एखाद्या घटनेचा संबंध जोडणे देखील कठीण आहे. खेदाने हे मान्य करावे लागते, परंतु

यापासून आपल्याला कसलीच मदत मिळत नाहीः प्रश्न असा आहे की इतिहासाच्या अभ्यासकाने काय करावे ? जोपर्यंत त्याला काही धागा सापडत नाही, तोपर्यंत त्याने थांबावे ?" मी असे समजत नाही. मला असे वाटते की अशा आवस्थेत अशा गोष्टी करण्याची सोय आहे की त्याने स्वतःच्या कल्पना शक्तीचा उपयोग करावा किंवा आपला दृष्टीकोण उपयोगात आणावा आणि घटनेच्या मध्ये येणारा धागा पण जो सापडत नाही, त्यांना अज्ञात साखळीद्वारे पूर्ण करण्याचा प्रयत्न करावा. त्या अशा एका सिद्धांताचे प्रतिपादन करावे, ज्याला बरोबर समजून पुढे जाता येईल आणि हे सूचवा की ज्या घटनांची माहिती, घटनेची कोणत्याही प्रकारे विश्लेषण होत नाही. त्यात कार्यकारणाचा काय संबंध असू शकतो. मला हे मान्य करायला हवे की काम करणे बंद करण्याऐवेजी मी या पद्धतीचे अनुकरण केले आहे, आणि अशारितीने त्या अडचणीवर मात करण्याचा प्रयत्न केला आहे, जे मला घटनेच्या सापडत नसलेल्या धाग्यामुळे मिळाले आहेत.

शक्यता आहे की माझ्या या कमतरतेचा उपयोग माझ्या इतिहासाचे सर्व संशोधन केराच्या टोपलीत फेकण्यासाठी करावे आणि सांगावे की हे ऐतिहासिक संशोधनाच्या सिद्धांताच्या नेहमीच उलट आहे. टीकाकारांचा हाच विचार असेल, तर मी त्यांना आठवण करून देऊ इच्छितो की जर असा एखादा असा नियम असेल जो एतिहासिक निष्कर्षांमुळे शिक्षा करतो आणि म्हणतो की एखाद्या विचाराचा केवळ यामुळे अस्वीकार करावा की त्याला कसलाच पुरावा मिळत नाही, तर असा नियमच चुकीचा नियम आहे.

(क) कोणते थेट पुरावे विरूद्ध अनुमान-पुरावे, तसेच (ख) अनुमान पुरावे विरूद्ध कल्पनेच्या विवादात न पडता टीकाकाराला जे काम करायला हवे, ते हे आहे की त्याने पहावे की एखादा विचार केवळ गृहीतावर अवलंबून आहे ? (ग) काय हा विचार शक्य आहे, आणि का तो माझ्या विचाराच्या तुलनेत माहितीवर अधिक आधारीत आहे ?

पहिल्या गोष्टीच्या संदर्भात सांगू शकतो की केवळ यामुळे की यात कुठे कुठे कल्पनेचा आधार घेतलेला आहे. एखादा विचार निराधार नाही मानल्या जाऊ शकत. माझ्या टीकाकाराने हे लक्षात ठेवायला हवे की आपण अशा एका जातीय संस्थेचा विचार करीत आहात, जिचे मुळे भूतकाळाच्या गर्भात विलीन झाली आहेत. अस्पृष्यतेच्या उत्पत्ताची व्याख्या करण्याचा हा प्रयत्न कोण्या अशा इतिहास ग्रंथातून शक्य नाही ज्यात सगळं निश्चयात्मक भाषेत दिलेलं असतं. हे तर जिथे ऐतिहासिक आधार अविद्यमान आहे, इतिहासाच्या पुनर्रचनेचा विषय आहे. कारण जिथे तो असला तरी तिथे पण त्याने या समस्येवर थेट परिणाम होत नाही. असे असेल तर ग्रंथामध्ये डोके

घालून हे शोधण्याचा प्रयत्न करावा लागेल की ते ग्रंथ काय काय सांगतात आणि काय काय लपवतात. जे मिळालं आहे, ते खरं आहे किंवा याचा शोध घेतल्याशिवाय. भूतकाळातील अवशेषांचा संग्रह करणे, त्यांना एकमेकांजवळ ठेवणे आणि त्यांच्याकडून त्यांच्या उत्पत्तीची कथा ऐकणे-हेच ते काम आहे. या कार्याची उपमा त्या पुरातत्त्ववेत्ता यांच्या कार्याला दिली जाऊ शकते, ज्यांनी खंडहराचे शहरामध्ये रूपांतर केले आहे किंवा त्या प्राणी-शास्त्रवेत्तेच्या कार्याची माहिती दिली जाऊ शकते, ज्याने कोण्या प्राण्याच्या विखरून पडलेल्या हाडांना आणि दातांना पाहून त्या प्राण्याची कल्पना करू शकतो. किंवा त्या चित्रकारासारखं जो एखादे दृष्य रेखाटण्यासाठी क्षितीजाची रेषा आणि लहान लहान अशा पद चिन्हांचा अभ्यास करतो. या दृष्टीने हे पुस्तक एक इतिहासाच्या पुस्तकापेक्षा एक कलाकृती आहे. अस्पृष्यतचे मूळ त्या भूतकाळाच्या गर्भात लुप्त झाले आहे, ज्याची कोणाला कल्पना नाही. त्याला जिवंत करण्याचा प्रयत्न तसा आहे, जसे इतिहासासाठी कोण्या अशा शहराचे नाव घेणे जे अनंत काळापासून लुप्त आहे, आणि ज्याला त्याच्या मूळ रूपात उभे करणे आहे. अशा कार्यात कल्पना तसेच अनुमान याचा जास्तीत उपयोग करावा लागेल. त्याशिवाय हे काम होणार नाही कारण हे स्वीकृत सत्य आहे की क्षितिज कल्पना' न करता कोणताही शास्त्रज्ञ शोध पूर्ण नाही करू शकत आणि अंदाज हा विज्ञानाचा आत्मा आहे. मैक्सिम गोर्की सांगतोः

विज्ञान आणि साहित्यात बरेच साम्य आहे. दोघांतही सूक्ष्म निरिक्षण करणे, तुलना करणे आणि अभ्यास करण्याचे विशेष महत्त्व आहे, कलाकाराला देखील शास्त्रज्ञासारखीच कल्पना आणि आणि अंतर्दृष्टीच आतापर्यंत अज्ञात घटनांची तुटलेल्या कड्याची कमतरता पूर्ण करीत आली आहे. हे शास्त्रज्ञाला या गोष्टीची आज्ञा देतो की त्यांनी असे अंदाज बांधावेत आणि अशाप्रकारचे विचार प्रतिपादन करावेत, जे निसर्गाच्या रूपात आणि तिच्या प्रक्रियेचा अभ्यास करण्यात लागलेल्या लोकांच्या मनाला कमी किंवा अधिक ठीक करण्याच्या कलेत, अंतर्दृष्टी आणि आपल्या मनात गोष्टी बनण्याच्या योग्यतेची अपेक्षा असते."

म्हणून इथे कडी तुटलेली आहे, तिथे त्याच्या पुनर्निर्माण करण्याचे प्रयत्न करण्यासाठी मला क्षमायाचना करण्याची गरज नाही. केवळ यामुळे माझा विचार चुकीचा आहे, असे पण समजता येणार नाहीत. अधिकांश मी माझ्या विचारधारेचा आधार सत्य घटना आणि त्यातून जे अनुमान काढले आहेत, तेच आहेत. जिथे जिथे सत्य घटना किंवा त्यातून काढलेल्या अनुमानाचा आधार घेतला नसेल, तिथे तिथे त्याचा आधार शक्यतेच्या पुरेशा प्रमाणावर आधारीत परिस्थितीजन्य साक्षी आहे. अशी एकही गोष्ट

नाही, जी माझ्या लेखनाच्या समर्थनार्थ सांगितली असेल आणि ज्या बांबतीत मी माझ्या वाचकाकडून आशा केली आहे की कसलाही पुरावा नसताना केवळ विश्वासाच्या बळावर स्वीकारावे. मी किमान हे दाखवून दिले आहे की जे काही मी म्हणालो आहे, त्याच्या बाजूने शक्यतेचे प्रमाण अधिक आहे. असे म्हणणे की शक्यतेचे अधिक प्रमाण एखाद्या निर्णयाला पुराव्यासहित मानण्याचा पुरेसा आधार आहे, केवळ बाल की खाल निकालना है।

माझ्या अभ्यासातली दुसरी गोष्ट अशी की माझ्या टीकाकरांनी लक्षात घ्यावे, मी जे काही सांगितले आहे, ते 'अंतिम' आहे असे माझे म्हणणे नाही. कोणीही याला 'अंतिम शब्द' समजावे असे मला वाटत नाही. मी टीकाकारांच्या वैयक्तिक विचाराला आणि निर्णयाला महत्त्व देण्याच्या विचाराचा नाही. ते त्यांची मते ठरवण्यास स्वतंत्र आहेत. मी त्यांना जे सांगू इच्छितो की माझे हे जे म्हणणे आहे, ते इतकेच आहे की माझा हा विचार पुढे घेऊन जाण्यासारखा नाही ? एखादा विचार बरोबर आहे, ते इथेच स्पष्ट होते की ते जवळपास इतर विचारांशी ताळमेळ खातो, त्यांची व्याख्या करता येते आणि त्यातून त्याला एक असा अर्थ देतो जो त्या विचाराशिवाय लावला जाऊ शकत नाही, असे असेल तर असा विचार पुढे घेऊन जाण्यास हरकत नसावी. फक्त टीकाकारांने निष्पक्ष असावं इतकीच माझी अपेक्षा आहे.

-भीमराव आंबेडकर

१हार्डिंग एवेन्यू, नवी दिल्ली
१ जानेवारी, १९४८

अनुक्रमणिका

भाग-१ तुलनात्मक अभ्यास

१.

बिगर हिंदूंमधील अस्पृश्यता

'अस्पृश्य कोण आहे आणि अस्पृश्यता कशी निर्माण झाली ?' हा मुख्य प्रश्न आहे ज्याचे उत्तर या पुस्तकात देण्याचा प्रयत्न केला आहे.

या विषयाच्या खोलात जाण्यापूर्वी काही प्रश्नांची उत्तरे देणे आवश्यक आहे. पहिला प्रश्न असा आहे, जगात फक्त हिंदूच आहेत जे अस्पृश्यता पाळतात ? जर बिगरहिंदूंमध्येही अस्पृश्यता असेल तर हिंदूंची अस्पृश्यता आणि बिगरहिंदूंची अस्पृश्यता यात काय फरक आहे ? दुर्दैवाने असा तुलनात्मक अभ्यास अजून कोणी केलेला नाही. यामुळेच हिंदूंमध्ये अस्पृश्यता आहे हे अनेकांना माहीत आहे, पण त्यांचे वेगळेपण काय आहे हे त्यांना माहीत नाही ? त्याचे वेगळेपण आणि त्याची वैशिष्ट्ये खऱ्या अर्थाने समजून घेतल्यावरच अस्पृश्यतेची खरी स्थिती समजू शकते आणि त्यातूनच अस्पृश्यतेचा उगमही कळू शकतो.

प्रथम आपण तपासूया की आरंभिक आणि प्राचीन समाजात काय परिस्थिती होती ? त्यांनी अस्पृश्यता स्वीकारली होती का ? सर्वप्रथम आपण हे स्पष्ट केले पाहिजे की त्यांना अस्पृश्यता म्हणजे काय वाटत होते ? याबद्दल प्रत्येकाच्या मनात एकच विचार असेल, अस्पृश्यतेचा आधार घाण, अशुद्धता आणि 'विटाळ' होण्याची कल्पना आणि त्यापासून मुक्त होण्याचे मार्ग तसेच साधन आहे.

वरील अर्थाने ते अस्पृश्यतेशी परिचित होते की नाही हे शोधण्याच्या उद्देशाने सुरुवातीच्या समाजाचे सामाजिक जीवन तपासले जाते, तेव्हा सुरुवातीच्या समाजाला केवळ 'अशुद्धता' ही कल्पनाच त्यांना अवगत नव्हती, पण या श्रद्धेमुळे त्यांचे धार्मिक विधी, चालीरीती आणि इतर कार्ये जगण्याची पद्धत बनली.

सुरूवातीच्या माणसाचा असा विश्वास होता की:

१. काही विशेष घटना घडल्यामुळे,

२. विशिष्ट वस्तूंना स्पर्श केल्याने, आणि

३. विशिष्ट व्यक्तींना स्पर्श केल्याने अशुद्धता येते.

पुर्वीच्या लोकांचा असाही विश्वास होता की 'अपवित्रता' (evil) एका व्यक्तीकडून दुसऱ्या लोकांकडे जाते. त्याला समजले की ही 'अशुद्धता' एकमेकांमध्ये जाणे विशेषतः विशिष्ट परिस्थितींमध्ये होते, जसे की खाणे-पिणे इत्यादी गोष्टी करताना. जीवनातील ज्या घटनांना पुर्वीचा मनुष्य 'अपवित्रतेचे' कारण मानत होता, त्यापैकी खालील मुख्य होत्या -

१. जन्म, २. दीक्षा, ३. वयात येणे, ४. विवाह, ५. लैंगिक संबंध, ६. मृत्यू

ज्या मातांना मूल होणार असते त्यांना 'अपवित्र' आणि इतरांमध्ये ती अशुद्धता पसरवते, असे समजले जायचे. मातांची 'अशुद्धता' मुलांपर्यंतही पसरते, असे मानले जात असे.

संस्कार आणि प्रौढ होणे हे जीवनाचे ते टप्पे आहेत जे स्त्री-पुरुषांना संपूर्ण लैंगिक आणि सामाजिक जीवनात प्रवेश देतात. त्यांना एकांतात राहावे लागायचे, विशेष अन्न खावे लागायचे, वारंवार आंघोळ करावी लागायची, अंगावर मलम लावावे लागायचे आणि सुंता सारख्या शरीराला छेद द्यावा लागायचा. अमेरिकन जातींमध्ये, धार्मिक विधी करणारे लोक केवळ विशेष अन्नच खात नव्हते तर वेळोवेळी अशी औषधे देखील घेत होते, ज्यामुळे त्यांना उलट्या होऊ शकतील.

विवाहाबरोबरच्या चालीरीतींवरून असे दिसून येते की सुरूवातीच्या लोकांनी लग्नाला पवित्र मानले होते. कधी-कधी विवाहित महिलेला ऑस्ट्रेलियाप्रमाणेच तिच्याच जातीतील लोकांशी संभोग करावा लागायचा किंवा जातीच्या प्रमुखासोबत किंवा अमेरिकेत जसे डॉक्टर; किंवा पतीच्या मित्रांसोबत, पूर्व आफ्रिकेतील जमातींप्रमाणे; कधी पती तलवारीने बायकोला ओरबाडायचा तर कधी बायकोला मुंडा जातीतल्या पतीशी लग्न करण्याआधी झाडासोबत लग्न करावे लागायचे. या सर्व विधींचा उद्देश विवाहाला 'अपवित्रतेपासून' वाचवणे हा होता.

पुर्वीच्या मनुष्यासाठी 'मृत्यू' सर्वाधिक अपवित्रतेचे कारण केवळ मृतदेहच नव्हता तर मृत व्यक्तीच्या वस्तूना हात लावणे म्हणजे अपवित्र समजले जाते असे. औजारे आणि शास्त्रं मृत व्यक्तीसोबत कबरीत पुरण्याची प्रथा म्हणजेच याच अर्थी. कारण लोक त्या वस्तूंचा वापर धोकादायक आणि दुर्दैवी मानत.

वस्तूंना स्पर्श केल्याने निर्माण होत होती, या बद्दल जर बोलले तर, प्राचीन माणसाला हे कळले होते की काही वस्तू पवित्र असतात आणि काही 'अपवित्र' असतात. जर एखाद्या व्यक्तीने एखाद्या पवित्र वस्तूला स्पर्श केला तर त्याने ती 'अपवित्र' केली असे समजले जात असे. पवित्र आणि सांसारिक गोष्टींना एकमेकांपासून वेगळे करण्याचे एक अतिशय ज्वलंत उदाहरण म्हणजे टोडा लोक, त्यांचे व्यापक रीतिरिवाज आणि सामाजिक संस्था, त्यांची पवित्र गुरेढोरे, त्यांचे पवित्र पशु फार्म, पवित्र भांडी, पवित्र वस्तू यांच्या संरक्षणासाठी केलेल्या प्रयत्नांवर आधारित आहेत. पवित्र दुधाला आणि ज्यांचे काम कर्मकांड करणे आहे, पवित्र ठेवण्यासाठी करतात. डेरी फार्मात जे पवित्र भांडे असतात, ते नेहमी वेगळया खोलीत ठेवले जातात. आणि ते बाहेर काढता येत नाही. गुराखी, जो एक पुजारी देखील असतो, तो दीर्घ विधीनंतरच आपले कार्य सुरू करू शकतो. अशा रीतीने तो सामान्य माणसाच्या दर्जाहून श्रेष्ठ ठरतो आणि तो 'पवित्र कार्य' करण्यास लायक समजला जातो. त्याला गावात फक्त विशेष प्रसंगी झोपण्याची परवानगी असते आणि अशीच त्याची दैनंदिन दिनचर्या नियमांचे पालन करण्यात जाते. तो 'पवित्र गवळी जर कोणाच्या मातीसह निघून गेला तर तो त्याचे पवित्र कार्य करण्यास अयोग्य होतो. या सर्व गोष्टींवरून असा अंदाज लावला जाऊ शकतो की यापैकी बहुतेक प्रथांमध्ये एकच उद्देश असतो-सांसारिक धोक्यांपासून संरक्षण करणे आणि पवित्र वस्तू स्वतः पवित्र असलेल्यांच्या उपभोगासाठी योग्य बनवणे.

'पवित्रतेची' ही भावना केवळ गोष्टींशी संबंधित नव्हती. पवित्र मानल्या जाणाऱ्या लोकांचे काही विशेष वर्गही होते. त्यांना कोणी स्पर्श केला तर ते त्याच्या 'अपवित्रतेचे' कारण बनते असे. पॉलिनेशियन लोकांमध्ये हीन व्यक्तीच्या स्पर्शाने प्रमुखाचे पावित्र्य नष्ट होत असे, तथापि, असे घडणे केवळ हीन व्यक्तीसाठी हानिकारक असे. दुसरीकडे, 'इफाते' मध्ये जे पवित्र लोक संस्कारसंबधी अपवित्रतेसोबत संबंध ठेवत असत, त्यांची पवित्रता नष्ट होत असे. 'युगांडा'मध्ये मंदिर बांधण्यापूर्वी लोकांनी शुद्ध (prify) व्हावे म्हणून चार दिवस देण्यात आले होते. दुसरीकडे, प्रमुख आणि त्याच्या वस्तू इतक्या पवित्र समजल्या जातात की जर एखाद्या खालच्या दर्जाच्या व्यक्तीने त्यांचा वापर केला तर ते त्याच्यासाठी चांगले ठरत नाही. 'टोंगा' बेटावर लोकांनी प्रमुखाला स्पर्श करण्यास मनाई आहे. हा दोष प्रमुखाच्या तळव्यांना स्पर्ष केल्याने दूर होतो. 'मलया' द्वीपकल्पाच्या प्रमुखाचे 'पावित्र्य' राज्य चिन्हात प्रतिष्ठित होते आणि जर कोणी त्याला स्पर्श केला तर त्याला गंभीर आजार किंवा मृत्यूला सामोरे जावे लागेल.

अनोळखी देशातून येणाऱ्या लोकांसाठी जितका धोका होता, अनोळखी देशात जाणे देखील धोकादायक होते. ऑस्ट्रेलियामध्ये एक जात दुसऱ्या जातीला भेटत, तर शुद्ध हवेसाठी जळत्या मशाली घेऊन चालत असत, त्याचप्रमाणे स्पार्टाचे राजे जेव्हा युद्धाला जात तेव्हा त्यांच्यासमोर वेदीचा पवित्र अग्नी वाहून नेला जात असे.

तसेच बाहेरून घरात प्रवेश करणाऱ्यांनी काही विधी पाळावेत, मग त्या चपला काढून घरात प्रवेश करणे असो, नाहीतर घरातील लोकांना याची भीती होती की बाहेरची बाधा करून 'अपवित्र' करतील. जेव्हा घरातील कोणी एखाद्याला स्पर्श करून 'अपवित्र' बनवण्याच्या स्थितीत असेल तेव्हा उंबरठ्यावर रक्तरेषा ओढली जात असे किंवा पाणि सिंपडले जाई आणि दाराच्या चौकटीवर पाणी शिंपडले जाई. कधीकधी वाईट प्रभावांपासून संरक्षण करण्यासाठी आणि घरात लक्ष्मी येण्यासाठी घराच्या दारावर घोड्याची नाल टांगली जात असे.

जन्म, मृत्यू आणि विवाह यांच्याशी संबंधित सर्व विधींचा एकमात्र अर्थ असा नव्हता की ते जन्मजात शुद्धतेचे स्त्रोत होते; पण जेव्हा जेव्हा आणि कुठेही एकांत असतो तेव्हा त्यातून इतर गोष्टींबरोबरच ते अपवित्रतेचेही लक्षण आहे हे मान्य करावे लागते. जन्म, दीक्षा, विवाह आणि मृत्यू हे विभक्तीचे प्रकार आहेत आणि जे 'अपवित्र' किंवा 'बाह्य' आहे त्याच्याशी कोणत्याही प्रकारचा परस्परसंवाद देखील अलिप्तपणाला (isolation) कारणीभूत ठरतो.

मुलाच्या जन्मानंतर आईला विभक्त केले जाते. प्रौढ होऊन दीक्षा घेतल्यानंतरही त्याला काही काळ वेगळे राहावे लागते. वैवाहिक जीवनात, पती-पत्नी लग्नाच्या वेळेपासून विवाहसोहळा होईपर्यंत एकमेकांपासून दूर राहतात.

जेव्हा स्त्रीला मासिक पाळी येते तेव्हा तिला वेगळे राहावे लागते. जेव्हा मृत्यू होतो तेव्हा विभक्त होणे येतेच. मृत व्यक्तीचा मृतदेहच नाही तर त्याच्या नातेवाईकांनाही सर्वांपासून दूर राहावे लागते. हे वेगळेपण त्यांचे वाढलेले केस, नखे आणि जुने कपडे यातून दिसून येते. याचा अर्थ समाजातील न्हावी, धोबी आदींनी त्यांच्यावर बहिष्कार टाकला आहे. विभक्त होण्याची वेळ आणि तिची तीव्रता सारखी नसते, परंतु त्यांना वेगळे ठेवले जाते. जर एखाद्या सामान्य प्रापंचिक व्यक्तीने पवित्रला अपवित्र केले असेल, किंवा स्वतःच्या जातीतूनच अपवित्रता निर्माण झाली असेल, किंवा स्वतःच्या जातीबाहेरील काही नातेसंबंधामुळे अपवित्रता निर्माण झाली असेल, तर वेगळेपणा वाट्याला येतो. सामान्य सांसारिक व्यक्तीने पवित्र लोकांपासून दूर राहिले पाहिजे.

नातेवाइकांनी गैर-नातेवाईकांपासून दूर राहावे. यावरून हे स्पष्ट होते की आरंभिक समाजात अपवित्रतेची कारणे वेगळी होती.

अपवित्रतेच्या कल्पनेबरोबरच, आरंभिक समाजाने पवित्र होणाऱ्या अशा विधींची कल्पना केली होती जी एखाद्याला पवित्र बनवू शकतात, ज्यामुळे अशुद्धता दूर होऊ शकते. अशुद्धता दूर करण्याचे साधन म्हणजे 'पाणी' आणि 'रक्त' आहे. जो कोणी अशुद्ध झाला असेल तर त्याने पाणी आणि रक्त शिंपडले तर तो शुद्ध होतो. शुध्दीकरण विधींमध्ये कपडे बदलणे, केस आणि नखे कापणे, घाम येणे, अग्नीने गरम करणे, धुर देणे, सुगंधी पदार्थ जाळणे आणि एखाद्या फांदीने उतारा काढणे आदी गोष्टी केल्या जातात.

ही अशुद्धता दूर करण्याचे साधन होते. पण आरंभिक समाजाला अशुद्धता टाळण्याचा आणखी एक मार्ग माहित होता. तो म्हणजे एकाची अशुद्धता दुसऱ्यावर लादणे. ते पण अशा व्यक्तीवर जो आधीपासून बहिष्कृत किंवा नको असलेला असतो, त्याच्यावर लादण्यात येत होती.

न्यूझीलंडमध्ये, जर एखाद्या व्यक्तीने दुसऱ्याच्या डोक्याला स्पर्श केला तर ते निषिद्ध मानले गेले कारण डोके शरीराचा एक पवित्र भाग होता. मग त्याला एका विशिष्ट प्रकारच्या मुळाशी हात चोळून स्वतःची शुद्धी करावी लागायची. त्याला कुटुंबप्रमुखासाठी अन्न तयार करावे लागायचे. 'टोंगा'मध्ये जर कोणी 'निषिद्ध' अन्न सेवन केले तर त्याच्या 'वाईट प्रभावातून' मुक्त होण्याचा एकमेव मार्ग म्हणजे स्वतःच्या पोटावर कुटुंबप्रमुखाचे पाय ठेवणे.

एकाच्या शुद्धतेची कल्पना दुसऱ्याकडे हस्तांतरित केली जाण्याची ही कल्पना बळीचा बकरा' यातून व्यक्त केली जाते. 'फिजीमध्ये, जर निषिद्ध लोकांपैकी कोणी डुकराला स्पर्श केला तर ते प्रमुखासाठी पवित्र असते. 'युगांडा'मध्ये राजाच्या शोकाची वेळ संपल्यावर एक गाय, एक बकरी, एक कुत्रा, एक कोंबडी आणि राजाच्या घरातील काही माती शहराच्या सीमेवर घेऊन जात. तेथे त्या प्राण्यांना लुळे-पांगळे करून मरण्यासाठी सोडून देण्यात असे. असे केल्याने राजा-राणीची सर्व अशुद्धता दूर होईल असा विश्वास होता.

या सर्व गोष्टी अशा आहेत ज्या आरंभिक समाजात अशुद्धतेच्या कल्पनेचे अस्तित्व सिद्ध करतात. जर आपण आरंभिक समाजानंतरच्या प्राचीन समाजाचा विचार केला तर प्राचीन समाजातील अशुद्धतेची कल्पना आरंभिक समाजातील अशुद्धतेच्या कल्पनेपेक्षा फारशी वेगळी नव्हती. अशुद्धतेच्या स्त्रोतांमध्ये किंवा कारणांमध्ये फरक आहे. पवित्र

बनवणारे विधीही वेगळे असू शकतात. परंतु या फरकांव्यतिरिक्त, सुरूवातीच्या आरंभिक समाजात आणि प्राचीन समाजात अशुद्धता आणि शुद्धतेचे स्वरूप सारखेच आहे.

जर इजिप्तच्या अशुद्ध व्यवस्थेची तुलना सुरुवातीच्या समाजातील अशुद्धता प्रणालीशी केली तर, दोघांमधील फरक एवढाच आहे की ती इजिप्तमध्ये अधिक व्यापक झाली.

ग्रीक लोकांमध्ये रक्तस्त्राव, राक्षसांचा प्रभाव, मृत्यू, लैंगिक संबंध, मुलाचा जन्म, शौच, विशेष मटनाचा रस्सा, लोणी आणि लसूण यांसारखे निषिद्ध पदार्थ खाणे, अनधिकृत लोकांचा पवित्र ठिकाणी प्रवेश आणि शिव्याशाप आणि मारामारी देखील. विशिष्ट परिस्थिती आणि शुद्धतेचे साधन, ज्याला ग्रीक लोक एकत्रितपणे 'कोपोईया' म्हणतात. अभिमंत्रित पाणी, गंधक, कांदा, धूप, अग्नी, काही झाडांच्या फांद्या, इतर वनस्पती, डांबर, लोकर, काही दगड आणि ताबीज, सूर्याची उष्णता, सोन्यासारख्या चमकदार वस्तू, बळी देणारे प्राणी, विशेषतः डुकर आणि त्यांचे रक्त आणि मांस होते. त्या प्रसंगी केले जाणारे काही सण आणि विधी, विशेषतः शाप आणि 'बळीचा बकरा' पवित्रतेचा एक विलक्षण मार्ग म्हणजे अपवित्रांच्या डोक्याचे केस कापून त्यांचा देवतेशी संबंध जोडणे हा होता.

रोमन लोकांच्या अशुद्धता आणि शुद्धतेच्या कल्पनेचे वैशिष्ट्य आहे. प्रादेशिक (priodical) आणि जाती-आधारित अशुद्धता आणि शुद्धतेची कल्पना करणे. ज्याप्रमाणे घराला पवित्र केले जाते, त्याचप्रमाणे संपूर्ण प्रदेशाला शुद्ध करण्यासाठी असाच विधी केला जायचा. प्रादेशिक शुद्धता विधीमध्ये संपूर्ण सीमेची परिक्रमा करणे आणि यज्ञ अर्पण करणे असे होते. प्राचीन काळी अशाच प्रकारची परिक्रमा शहराच्या भिंतीभोवती होत असे. ऐतिहासिक कालखंडात, कोणत्याही मोठ्या आपत्तीनंतर, जसे की दुसऱ्या प्युनिक युद्धामुळे झालेल्या मोठ्या विनाशानंतर शहराचे विशेष अभिषेक आयोजित केले जायचे. या सर्व पश्चात्तापाचा मुख्य उद्देश देवतांची मर्जी प्राप्त करणे हा होता. कोणत्याही वसाहतीच्या प्रारंभी, शुद्धीकरण विधी केले जायचे. सीमा आणि बाजारपेठांचे रक्षण हे त्यांचे मूळ स्वरुपात 'पवित्रीकरण'च असावे. आतापर्यंत, पादरी लोकांचा एक विशेष वर्ग प्राचीन रोमच्या पेलेरिनेटच्या सीमेवर गस्त घालत होता. त्यापूर्वी, तिथे शहराच्या प्राचीन सीमांची वार्षिक परिक्रमा होत असे. यामध्ये 'अरबल' नावाचा पादरी नेतृत्व करत असे. या प्रदक्षिणाला 'अंबरबालिया' असे म्हणत. केली जात होती. रोमन राज्याची व्याप्ती वाढल्यावर 'पवित्रीकरण' हा संस्कारही त्या प्रमाणात वाढला असे वाटले नाही. ही परिक्रमा इटलीच्या आत आणि बाहेर इतरत्र आणि ग्रीसमध्येही होती. मंत्रांचा समावेश असलेल्या प्रार्थनांच्या शुद्ध उच्चारणाचा जादूसारखा

प्रभाव असल्याचे दिसते. त्यांच्या उच्चारात काही चूक झाल्यास प्रायश्चित करावे लागायचे. उदाहरणार्थ, प्राचीन रोमच्या न्यायिक व्यवस्थेत, जर धातू स्वरूपाच्या उच्चारात काही चूक झाली असेल, तर फिर्यादी आपला आरोप आणि केस गमावत असे.

देवतांना प्रसन्न करण्याच्या कल्पनेशी अनोख्या प्राचीन विधींचे काही इतर प्रकारही जोडलेले होते. साळी नावाचा एक प्राचीन पादरी विशेष प्रसंगी शहराच्या वेगवेगळ्या ठिकाणी फिरत असे. त्यांनी त्यांची शस्त्रे आणि वाद्ये देखील शुद्ध केली, जे आरंभिक लोकांच्या विश्वासाचे समर्थन करते की लष्करी शस्त्रांच्या यशस्वी वापरासाठी, त्यांच्यासाठी पवित्र असणे आवश्यक होते. सरकारी गणना जी पवित्रीकरणाने होत असे. ती देखील वास्तवात एक सैनिकी प्रक्रियाच होती, कारण ती या क्रेद्रिंय पद्धतीशी संबंधीत होती, जी सामान्य वस्त्रधारी सेनाच होती. हे लष्करी पावित्र्यही त्याच वेळी घडले, जेव्हा सैन्यात कधीकाळी पसरलेली खोटी भीती दूर करण्यासाठी सैन्य रणांगणावर पोहोचत असे. इतर प्रसंगी ते फक्त रोग टाळण्यासाठी होते. नौदलाचेही शुद्धीकरण होत असे.

त्या काळातील लोकांप्रमाणे हिब्रू देखील अशुद्धतेच्या संकल्पनेवर विश्वास ठेवत होते. अपवित्र प्राण्यांच्या सांगाड्याला स्पर्श केल्याने किंवा मेलेले मांस खाल्ल्याने किंवा नेहमी अस्वच्छ असणाऱ्या सरपटणाऱ्या प्राण्यांच्या स्पर्शामुळे अशुद्धता निर्माण होते असा त्यांचा विश्वास होता. हे सर्व प्राणी ज्यांचे खुर चिरलेले आहेत, जे एकत्र जोडलेले नाहीत, जे आपल्या पंजावर चालतात आणि चार पायांवर चालणारे सर्व प्रकारचे प्राणी अशुद्धता निर्माण करतात. गलिच्छ व्यक्तीला स्पर्श करणे देखील हिब्रू लोकांसाठी अपवित्र होते. हिब्रू लोकांच्या अशुद्धतेच्या आणखी दोन वैशिष्ट्यांचा देखील उल्लेख केला जाऊ शकतो. त्यांचा असा विश्वास होता की मूर्तिपूजा देखील अशुद्धतेचे कारण असू शकते आणि लोकांच्या लैंगिक अशुद्धतेमुळे संपूर्ण प्रदेश अशुद्ध होतो.

या तपशिलवार वर्णनानंतर, आपण थोडक्यात असे म्हणू शकतो की अशुद्धतेच्या कल्पनेवर विश्वास ठेवणारा कोणीही आरंभिक समाजात किंवा प्राचीन समाजात नव्हता.

२.

हिंदूंमधील अस्पृश्यता

जोपर्यंत अशुद्धतेचा संबंध आहे, हिंदू आणि आरंभिक किंवा प्राचीन समाजातील लोकांमध्ये फरक नाही. अशुद्धतेची संकल्पना हिंदूंना मान्य होती, हे मनुस्मृतिवरून स्पष्ट होते. मनूने शारीरिक अशुद्धता आणि मानसिक अशुद्धता या दोन्हींचा स्वीकार केला आहे. मनुने जन्म, मृत्यू आणि मासिक पाळी ही अपवित्रतेची कारणे स्वीकारली आहेत. मृत्यूमुळे निर्माण होणाऱ्या अशुद्धतेचा प्रभाव दूरवर पोहोचला होता. ते रक्ताच्या नात्याचे पालन करीत असता. मृत्यूमुळे मृताच्या कुटुंबातील सर्व सदस्य, ज्यांना सपिंडक आणि समानोदक म्हणत, ते अपवित्र होते. यात केवळ मामाचे नातेवाईकच नाही तर दूरच्या नातेवाईकांचाही समावेश होता. हे असंबंधित लोकांना देखील स्पर्श करते, जसे की -(१) आचार्य (२) आचार्य - पुत्र (३) आचार्य - भार्य, (४) शिष्य, (५) वर्गमित्र, (६) श्रेत्रिय, (७) राजा, (८) मित्र, (९) कुटुंबातील सदस्य, (१०) मृतदेहाचे वाहक आणि (११) जे मृतदेहाला स्पर्श करणारे.

जो अशुद्धतेच्या प्रभावाखाली येत असे, तो त्यातून सुटू शकत नव्हता. काही मोजकेच लोक त्याला अपवाद होते. पुढील श्लोकांमध्ये मनूने त्या अपवादांची नावे दिली आहेत आणि त्यांची कारणेही दिली आहेत. (अर्थ-मंत्र वाचा.)

'राजा आणि ते लोक जे कोणतेही व्रत पाळण्यात किंवा कोणताही यज्ञ करण्यात मग्न असतात, ते अपवित्रेपासून मुक्त असतात, कारण राजा इंद्राच्या आसनावर बसलेला असतो आणि बाकीचे दोघे ब्राह्मणांप्रमाणे नेहमी शुद्ध असतात.' (५, ९३)

'मोठ्या सिंहासनावर बसलेल्या राजाला तात्काळ पावित्र्याची तरतूद आहे; आणि त्याचे कारण म्हणजे तो आपल्या प्रजेच्या रक्षणासाठी सिंहासनस्थ असतो.' (५,९४)

'ज्यांनी कोणत्याही युद्धात सेवा केली आहे, किंवा विजेचा धक्का बसून आणि राजाकडून मारल्या गेला आहे, किंवा गाई किंवा ब्राह्मण, राजा यांच्या रक्षणार्थ मरण

पावला आहे, त्याचे नातेवाईक आणि तो अपवित्र असला तरी राजा पवित्र म्हणूनच पहातो.' (५, ९५)

'राजा जगातील आठ पालक देवतांची पूजा करतो-चंद्र, अग्नि, सूर्य, वायू, इंद्र, कुबेर, वरुण आणि म्हणून तो पवित्र आहे कारण तो यमाचा अवतार आहे.' (५,९६)

'कारण राजा जगाच्या त्या संरक्षक देवतांने ओतलेला आहे, म्हणून त्याच्यावर कोणत्याही प्रकारची अपवित्रता लागू होत नाही, कारण जगाचे हे स्वामी पवित्रता आणि अपवित्रमुळेच असतात. (५,९७)

यावरून हे स्पष्ट होते की, राजा आणि 'धार्मिक युद्धात' मारल्या गेलेल्यांचे नातेवाईक आणि राजा ज्यांना अपवित्रतेला अपवाद म्हणून ठेवू इच्छित होता ते मनुच्या सामान्य नियमांच्या अधीन नव्हते. 'ब्राह्मण नेहमी शुद्ध असतो हा मनुचा नियम. ते फक्त सामान्य अर्थाने स्वीकारले पाहिजे, ते म्हणजे ब्राह्मण सर्वोच्च असतो. याचा अर्थ ब्राह्मण अपवित्र या कल्पनेपासून मुक्त होता असा घेऊ नये. कारण ते तसे नव्हते. जन्म आणि मृत्यू व्यतिरिक्त, ब्राह्मणांना लागू होणारी अशुद्धतेची इतर अनेक कारणे होती जी ब्राह्मणेतरांना लागू नव्हती. मनुस्मृती निषिद्धांनी भरलेली आहे जी फक्त ब्राह्मणांना लागू होते आणि त्यांनी पाळलीच पाहिजे. त्यांचे पालन न केल्यास तो अपवित्र होतो.

मनुची ही जी अपवित्रतेची (defilement) कल्पना आहे, ती वास्तविक आहे, काल्पनिक नाही. कारण तो 'अपवित्र' लोकांनी दिलेले अन्न अस्वीकार्य मानतो.

मनुने शुद्धतेच्या उद्देशाचा तीन प्रकारे विचार केला आहे - (१) शारीरिक अशुद्धता, (२) मानसिक (psychological) अशुद्धता, (३) नैतिक (ethical) अशुद्धता. वाईट विचारांना मनात स्थान दिल्याने नैतिक अशुद्धता निर्माण होते. त्याच्या शुद्धीकरणाचे नियम केवळ सल्ला किंवा आदेश आहेत. पण मानसिक आणि शारीरिक अपवित्रता दूर करण्याचे 'संस्कार' जे आहेत ते सारखेच आहेत. त्यात पाणी, माती, गोमूत्र, कुश आणि भस्म यांचा वापर केला जातो. निर्जीव वस्तूंच्या संपर्कात आल्याने होणारी शारीरिक अशुद्धता दूर करण्यासाठी माती, गोमूत्र, कुश आणि भस्म यांचा वापर केला जातो. मानसिक अशुद्धता दूर करण्यासाठी पाणी सर्वात उपयुक्त आहे. आचमन, आंघोळ करणे, आणि शिंपडणे या तीन प्रकारे त्याचा वापर केला जातो. पुढे मानसिक अशुद्धता दूर करण्यात 'पंचगव्य' हे सर्वात महत्त्वाचे ठरले. हे गायीच्या पाच गोष्टींपासून बनतेः दूध, गोमूत्र, शेण, दही आणि तूप. मनूने अशीही तरतूद केली आहे की एखादी व्यक्ती आपली अशुद्धता दुसऱ्यावर लादून मुक्त होऊ शकते, उदाहरणार्थ, गायीला

स्पर्श करून, आचमन जल अर्पण करीत सूर्याकडे पाहिल्याने. वैयक्तिक अशुद्धतेबरोबरच, प्राचीन रोमन लोकांप्रमाणेच हिंदूंचा प्रादेशिक (teritorial) आणि जातीगत (communal) अशुद्धतेवरही विश्वास होता. प्रत्येक गावात वार्षिक जत्रा होते. साधारणपणे म्हैस किंवा रेडा हा प्राणी विकत घेतला जातो. गावात प्रदक्षिणा केल्यानंतर जनावराचा बळी दिला जातो. गावभर त्याचे रक्त शिंपडले जाते. प्रत्येक हिंदू, प्रत्येक ब्राह्मण, जरी तो गोमांस खाणारा नसला तरी त्याच्या हिशाचे मांस नक्कीच घेतो. हे कोणत्याही स्मृतीमध्ये लिहिलेले नाही, परंतु त्यास प्रथेचा आधार आहे. हिंदूंमध्ये 'प्रथा' कायद्यालाही दडपून टाकते.

जर इतकेच असते, तर हे सहजपणे सांगितल्या गेले असते की हिंदूमध्ये जी अपवित्रतेची कल्पना आहे, ती आरंभिक तसेच प्राचीन समाजात विद्यमान अपवित्रतेच्या कल्पनेपासून अगदीच वेगळी नाही. परंतु इथेच थांबता येणार नाही, परंतु हिंदू आणखी एका वेगळया अस्पृष्यतेचे पालन करतात, ज्याचा अद्याप उल्लेख करण्यात आलेला नाही. ही काही जातींची अनुवंशीक अस्पृष्यता आहे. या जातांची संख्या इतकी अधिक आहे की मदत घेतल्याशिवाय यांची यांदी तयार करणे सोपे नाही. सुदैवाने १९३५ मध्ये भारत सरकारने या प्रकारची यादी तयार केली होती. ती सन १९३५ च्या 'गवर्नमेंट ऑफ इंडिया ॲक्ट' नुसार काढलेला आदेश 'ऑर्डर इन कौसिंल' (आज्ञा-पत्रा) सोबतच आहे. ही दीर्घ यादी ९ भागात विभागलेली आहे. एका भागाचा संबंध एका प्रदेशासोबत आहे, त्यात त्या प्रदेशातील जाती, वंश, जातींची किंवा समूहाची जी संपूर्ण प्रदेशात किंवा एका भागात अस्पृष्य समजली जाते, यादीत आहे. ही यादी सविस्तर आणि प्रमाणित समजण्यात येऊ शकते. हे स्पष्ट करण्यासाठी हिंदू जातींची किंती मोठी संख्येला वंशानुसार अस्पृष्य समजतात, मी इथे 'ऑर्डर ऑफ कौसिंलची' यादी देत आहे.

१. भाग-मद्रास

१) सर्व प्रदेशातील विद्यमान अनुसूचित जातींची यादी

आदि आंध्र	चचटि	हड्डी	आदि द्रविड	चक्किलियन	हसल
आदि कर्नाटक	चलवाडि	होलेया	अजिल	चमार	जग्गली
अंरूधतीय	चंडाल	जाम्बुवुलु	बैरा	चैरूमन	कल्लाडी
कनक्कन	बंडी	देवेंद्र	कुलतन	कोडालो	बरिकी
कूसा	बकुड	उंडासि	घासी	माला	मोगर

बत्तड	गोडगलि	कोडग	बौरि	गोडारि	कुडुम्बन
बेल्लार	गोड्डा	कुरवन	व्यागरि	गोसंगी	मदारि
मादिगा	पंडा	रनेयर	मइला	पाकि	रेल्लि
पल्लन	समगर	मालादासु	पम्ब्ड	संबन	मातंगी
पमिडी	सपरि	पंचन	सेग्मन	मुच्ची	पनियन
तोटि	मंडल	पनियान्नाडि	तिरूवल्लुर	नल्केव	परयन
वल्लुवन	नयाडि	परवन	वाल्मिकी	पगदाई	पुलयन
बुत्तुवन	पैडी	पुतिरयवन्नन			

२) प्रदेशच्या विधानसभेत मागास विभातील तसेच मागास जातीचे एक प्रतिनिधीच्या निवडीसाठी सर्व प्रदेशात जातनिहाय जनगणनेची यादी. १९३५ मध्ये गवर्नमेंट ऑफ इंडिया ॲक्टनुसार जर एखादे विशेष निवडणूक क्षेत्र असेल, तर त्याला हा नियम अपवाद असेल.

अर्नादन	कडू नायकन्	कुरुकन	डोम्बो	कुडिया	मालासर
कदन	कुडुवि	मविलन	करिम्पालन	कुरिछन	पानो

२. भाग–मुंबई

(१) संपूर्ण प्रांतातील अनुसूचित जाती

असोडी	ढोर	माधवाल-मेघवाल	बकड
गरोडे	मिनी-मादिग	भाम्बी	हल्लीर
हलसर किंवा हलसर	मुकरी	भंगी	नदिया
चक्रबड किंवा दासर	हुलसवर	शेनवा या शिन्धवा	चलवाडी
होलाया	शिंघदाव या शिंगदया	चांभार किंवा मोची	खालपा
सोची समगर	कोलचा या कोलघा	तिमाली	चेन दासारू
कोळी ढोर	तुरी	चुहड किंवा चुहडा	लिंगाडेर
वणकर	डकलेरू	मादिग किंवा मांग	बिठोलिया
धेड	महार	धेन्त्रु-मेगु	मांग गारुडी

२) मोची–अहमदाबाद, खेडा, भरूच, पंचमहाल आणि सुरत हे जिल्हे वगळता उर्वरित प्रांतात.

३) कोटगर- कानडा जिल्ह्यात. आगरीया, बागीड, वेलदार, बरुवा, भाटिया, भुई माली, भुइंया, भूमिज

३. भाग – बंगाल

संपूर्ण प्रांतातील अनुसूचित जाती

आगरीया	बहेलिया	बावरी	बागडी
बैतीं	बाडिया	वेलदार	कादर
मल्लाह	बरूआ	काला पहाडिया	माछ
भाटिया	कान	मेहत्तर	भुइं मालि
कांध	मुआहि	भूइंया	कंद
मिंडा	भूमिज	कावरा	मुसावर
बिंद	कपूरिया	नागासया	बिझिया
करैगा	मानशूद्र	चमार	कासथा
नट	धेनुवार	काऊर	नूनिया
धोबा	खैरा	आराव	दोआई
खटीक	पालिया	डोम	कोश
पान	दुसाध	कोनाई	पासी
पासी	गारो	कोनावार	पटनी
घासी	कोर	पोद	गोहरी
कोतल	राभा	हाडी	लालबेगी
राजवंशी	हजंग	लोधा	रजवार
हलालखोर	लहोर	संताल	हाडी
माहलि	सुनरी	हो	माल
तियार	जालिया कैवर्त	महर	तूरि
झालोमालो किंवा मालो			

४. भाग-संयुक्त प्रांत

संपूर्ण प्रदेशात अनुसूचित जाती

अगरिया	अहेरिया बजनिया	बडी	बधिक
बहेलिया	बजनिया	बाजगी	चमार
चेरो	दबगर	धांगड	धानुक
धरकार	धोबी	डोम	डोमार

घरामी	बलहार	वाल्मिकी	बनमानुस
बंसफोड	बरवार	बसोर	बावरिया
कापडिया	करवाल	खारोट	खरवार
खटिक	कोल	कोरवा	लालबेगी
मझवार	नट	बेलदार	बंगाली
बेडिया	भांतु	भुडया	भुइंयार
वोरिया	तुरैहया	हाडी	हेला
खैरहा	कलाबाज	कंजर	शिल्पकार
पटारि	राउत	सहरिया	घासिया
पंख	संहौडिया	उवाल	पराहिया
सांसिया	हाबुडा	पासी	थारू

आगरा, मेरठ आणि रोहेलखंड कमश्नरियों सोडून उर्वरीत भागात कोरी

५.भाग-पंजाब

पंजाब प्रदेशात अनुसूचित जाती

आदि धर्मी	मरिजा	खटीक	बावरिया
बंगाली	कोरी	चमार	बरर
नट	चूहडा किंवा वाल्मिकी	बाजीगर	पासी
बागी आणि कोली	भांजरा	डमना	चनल
संपेला	ओड	धानक	सिरकीबंद
सांसी	गगड	मेघ	सराढे
गंधील	रामदासी		

६. भाग- बिहार

१) राज्यभरात अनुसूचित जाती

चमार	धोबी	डोम	चौपाल
दुसाध	हलालखोर	हाडी	लालबेगी
नट	कंजर	मोची	पासी
कुरारियर	मुसहर		

२) पटना तसेच तिरहुत आयुक्तीमध्ये भगलपुर, मुंगेर, पालामऊ तसेच पूर्णिमा जिल्ह्यात

बाऊरी	भमिज	रजवार	भोगता
घासी	तुरि	भुइंया	पान

३) मानभूमि जिल्ह्याची धनबाद तहसिल, मध्य मानभूमिच्या सामान्य ग्रामीण निवडणूक क्षेत्र तसेच परिलिया आणि रघुनाथ म्युनिसिपॉलिटीत

सांसी	गगड	मेघ	सराढे
बाउरी	घासी	रजवार	भोगता
पान	तुरि व भुइंया		

७. भाग-मध्यप्रदेश आणि बरार

१) राज्यभरात अनुसूचित जाती बसोर किंवा बरूड

सांसी	गगड	मेघ	सराढे
बसोर किंवा बरूड	डोम	मेहत्तर किंवा भंगी	चमार
गांडा	मोची	मांग	सनातनी

२) वेगवेगळ्या ठिकाणच्या अनसूचित जाती

अधोलिया	बिलासपूर जिल्ह्यात
बहना	अमरावती जिल्ह्यात
बलाही किंवा बलाई	बेरार आयुक्तालयात, बालाघाट, बैतूल, भंडारा, बिलासपूर, चांदा, दुर्ग, नागपूर, निमाड, रायपूर आणि वर्धा या जिल्ह्यांमध्ये.
बेहार	अकोला, अमरावती आणि बुलढाणा जिल्ह्यात
चदर	भंडारा आणि सागर जिल्ह्यात
चौहान	दुर्ग जिल्ह्यात
देहयात	सागर जिल्ह्याच्या दमोह-तालुक्यात
देवाड	बिलासपूर, दुर्ग आणि रायपुर जिल्ह्यात
धानुक	दमोह तालुक्याला वगळून उर्वरीत सागर जिल्ह्यात
ढोमर	भंडारा जिल्ह्यात
धोबी	भंडारा, बिलासपुर, रायपुर आणि सागर जिल्ह्यात तसेच

	होशंगाबाद जिल्ह्यातील होशंगाबाद जिल्ह्याच्या सिवनी मालवा तालुक्यात.
दोहरा	बरार आयुक्त बालाघाट, भंडारा, चांदा, नागपुर तसेच वर्धा जिल्ह्यात.
घासिया बरार	कमिशनरी आणि बालाघाट, भंडारा, बिलासपुर, चांदा, दुर्ग, रायपुर तसेच वर्धा जिल्ह्यात.
होलिया	बालाघाट आणि भंडारा जिल्ह्यात.
जंगम	भंडारा जिल्ह्यात
ककरि	बरार आयुक्तालयात, भंडारा, चांदा बरार तसेच वर्धा जिल्ह्यात.
कटिया	बरार आयुक्तलयात, बालाघाट बैतूल, भंडारा, बिलासपुर, चांदा, दुर्ग, नागपुर, निमाड, रायपुर आणि वर्धा जिल्ह्यात. होशंगाबाद जिल्ह्याच्या होशगंबाद आणि सिवनी मालवा तालुक्यात. सिवनी तालुक्याला वगळून उर्वरीत छिंदवाडा जिल्ह्यात. दमोह तालुक्याला वगळून उर्वरीत सागर जिल्ह्यात.
खंगार	भंडारा, बुलढाणा, सागर जिल्ह्यात आणि होशंगबाद जिल्ह्यात तसेच सिवनी-मावळा तालुक्यात.
खटीक	बरार आयुक्तालयात, बालाघाट, भंडारा, चांदा, नागपुर आणि वर्धा जिल्ह्यात.
कोली	भंडारा आणि चांदा जिल्ह्यात
कोरी	अमरावती, बालाघाट, बैतूल, भंडारा चांदा, बुलढाणा, छिंदवाडा, बलपुर, मंडला निमाड, रायपुर आणि सागर जिल्ह्यात तसेच हरदा आणि सोहागपुर तालुका सोडून उर्वरीत होशंगबाद जिल्ह्यात.
कुल्हार	भंडारा आणि सागर जिल्ह्यात तसेच होशांगबाद जिल्ह्याच्या सिवनी मालवा तालुक्यात.
मदुगी	बरार आयुक्तालयात, बालाघाट, भंडारा, चांदा, नागपुर आणि वर्धा जिल्ह्यात.
माला	बालाघाट, बैतूल, छिंदवाडा, होशंगाबाद, जबलपुर, मंडला,

	निमाड आणि सागर जिल्ह्यात.
मेहरा आणि महार	होशंगाबाद जिल्ह्याचा हरदा आणि सोहागपुर तालुका वगळून उर्वरीत भागात.
नगाडचा	बालाघाट, भंडारा, छिंदवाडा, मंडला, नागपुर आणि रायुपर जिल्ह्यात.
ओझा	बालाघाट, भंडारा, मंडला जिल्ह्यात तसेच होशांगबाद जिल्ह्याच्या होशांगबाद तालुक्यात.
पनका	बरार आयुक्तालयात, बालाघाट, भंडारा, बिलासपुर चांदा, दुर्ग, नागपुर, रायपुर, सागर आणि वर्धा जिलह्यात तसेच सिवनी तालुक्याला वगळून उर्वरीत छिंदवाडा जिल्ह्यात.
पारधी	होशांगबाद जिल्ह्याच्या नरसिंहपुर तालुक्यात.
प्रधान	बरार आयुक्तालयात, भंडारा, चांदा, नागपुर, निमाड, रायपुर आणि वर्धा जिल्ह्यात तसेच सिवनी तालुका वगळून उर्वरीत छिंदवाडा जिल्ह्यात.
रूज्झर	होशंगबाद जिल्ह्याच्या सोहगपुर तालुक्यात.

८. भाग-आसाम

१) आसाम घाटीत

खटीक	पालिया	डोम	कोश	
नमःशूद्र	बनिया किंवा वृत्तियल बनिया	मेहत्तर	भंगी	कैवर्त
हीरा	बांसफोड			

२) सुरमा घाटीत

माली किंवा भई-माली	सूत्रधार	कैवर्त किंवा जलिया
धुवी किंव धोबी	मूची	लालबेगी
डगला किंवा धोली	पटनी	मेहत्तर किंवा भंगी
झालो आणि मालो	नामशूद्र	बंसफोड
मेहरा		

९.भाग-ओरिसा

१) राज्यभरात अनुसूचित जाती

आदि आंध्र	देवर	इरिका
औधेलिया	धोबा किंवा धोबी	जग्गलि
बारिक	गांडा	कांडरा
बसोर	बुरूड	घुसुरिया
कटिया	बाडरी	गोडगलि
चचटी	गोडरि	कोडालो
चमार	गोडस	मदारी
चंडाल	गोखा	मादिग
डंडासी	हड्डी किंवा हाडी	महुरिया
माला	पंचम	पाईडी
मांग	पनका	पैडा
मंगन	रेल्ली	पामिडी
मेहरा, महार	सुपरि	वाल्मिकी
मेहत्तर, भंगी	सतनामी	सियार
मोची, मुची		

२) **पान किंवा पानो:** खोदमल जिल्ह्याला वगळून उर्वरीत भागात, संबलपुर जिल्ह्यात, मद्रास प्रेसिडेन्सिीच्या विशाखापट्टनम आणि गंजाम एजन्सीकडून १९३६ मध्ये ओरिसाला दिलेल्या जमिनीच्या भागामध्ये

३) डोम किंवा इम्बो: खोदमल जिल्हा वगळता संपूर्ण प्रांत आणि अशा प्रकारे ओरिसाला दिलेले क्षेत्रफळ.

भुईया तुरी: संबलपूर जिल्हा वगळता सर्व प्रातात. भुईं, भूमिज, घासी, घासिया, तुरी भुईया.

कोरी: संबलपूर जिल्ह्यातील नवपाडा तहसीलमध्ये.

ही प्रदीर्घ अशी यादी आहे. त्यात ४२९ (चारशे एकोणतीस) जातींचा समावेश आहे. जर त्यांची एकत्र संख्या जोडली तर याचा अर्थ असा होतो की आज देशात ५-६ कोटी लोक आहेत ज्यांच्या केवळ स्पर्शाने हिंदू अपवित्र होतात. भारतातील कोट्यवधी लोकांच्या वंशानुगत अस्पृश्यतेच्या तुलनेत प्राचीन आणि प्राचीन समाजात

अस्पृश्यता नगण्य आहे हे निश्चितच. हिंदूंची ही अस्पृश्यता एक आश्चर्य आहे. जगाच्या इतिहासात त्याची तुलना नाही. आशिया आणि युरोपमधील अनेक जातींच्या लोकसंख्येपेक्षा मोठ्या लोकसंख्येची अस्पृश्यता काही कारणास्तव अतुलनीय नाही पण इतर कारणांसाठीही ती अतुलनीय आहे.

या ४२९ जातींना 'अस्पृश्य' बनवणारी हिंदूंची अस्पृश्यता व्यवस्था, अशी अनेक वैशिष्ट्ये आहेत जी गैर-हिंदू जातींच्या अस्पृश्यतेमध्ये आढळत नाहीत, मग त्या आरंभिक असो वा प्राचीन. अहिंदू समाजाने अपवित्रता टाळण्यासाठी जे वेगळेपणाचे नियम स्वीकारले आहेत ते तर्कसंगत मानले जात नसले तरी समजण्यासारखे आहेत. हे वियोग जन्म, विवाह, मृत्यू इत्यादी विशेष प्रसंगी होते. परंतु हिंदू समाजाचे हे वेगळेपण अर्थात ही अस्पृश्यता स्पष्टपणे निराधार आहे. सुरुवातीच्या समाजाचा ज्या अशुद्धतेवर विश्वास होता, ती अल्पकाळ टिकून राहिली आणि खाण्या-पिण्यासारख्या नैसर्गिक कार्यांव्यतिरिक्त, ती जीवनातील जन्म, मृत्यू, मासिक पाळी इत्यादी असामान्य प्रसंगीच उद्भवली. जेव्हा अशुद्धतेचा काळ निघून जातो आणि एखाद्याला शुद्ध करणारे विधी केले जातात तेव्हा लोकांची अशुद्धता नष्ट होते आणि ते पुन्हा शुद्ध होऊन समाजात मिसळण्यास योग्य होते. पण पाच-सहा कोटी लोकांची ही अस्पृश्यता जन्म, मृत्यू इत्यादी अस्पृश्यतेपेक्षा नेहमीच वेगळी असते. तो कायम आहे. त्यांना स्पर्श करणारे हिंदू स्नान वगैरे करून पवित्र होऊ शकतात, पण अस्पृश्याला शुद्ध बनवणारे काहीही नाही. ते अपवित्र जन्माला येतात, आयुष्यभर अपवित्र राहतात. ते अपवित्र राहूनच मरतात आणि त्यांनी ज्या मुलांना जन्म दिला ते देखील त्यांच्या कपाळावर अशुद्धतेचे चिन्ह घेऊन जन्माला येतात. हा कायमचा आनुवंशिक कलंक आहे, जो कोणत्याही प्रकारे धुतला जाऊ शकत नाही. आणि तिसरी गोष्ट अशी की, अहिंदू जे अशुद्धतेतून निर्माण होणाऱ्या विभक्ततेवर विश्वास ठेवत होते, ते केवळ अशाच व्यक्तींना किंवा त्यांच्याशी जवळचे संबंध ठेवत असत, परंतु हिंदूंच्या या अस्पृश्यतेने एका वर्गाचा संपूर्ण वर्ग अस्पृश्य ठेवला आहे ज्या वर्गाची लोकसंख्या पाच-सहा कोटी आहे.

चौथी गोष्ट म्हणजे अहिंदू लोक अशुद्धतेने प्रभावित झालेल्या लोकांना काही काळ वेगळे ठेवत असत. त्यांनी त्यांचा पूर्णपणे स्वतंत्रपणे बंदोबस्त केला नाही. सर्व अस्पृश्यांनी वेगळे राहावे असा हिंदू समाजाचा आदेश आहे. हिंदू अस्पृश्यांच्या शेजारी राहणार नाहीत आणि अस्पृश्यांना त्यांच्या शेजारी राहू देणार नाहीत. हिंदू ज्या अस्पृश्यतेवर विश्वास ठेवतात त्याचा हा महत्त्वाचा भाग आहे. हे केवळ सामाजिक बहिष्कार किंवा अल्प कालावधीसाठी सामाजिक वर्तन थांबवणे नाही.हा तर प्रदेश-

पृथक्करणाचे उदाहरण आहे, अस्पृष्यांना एक काटेरी तारेच्या घेऱ्यात, एका पिंजऱ्यात बंद करणे आहे. प्रत्येक हिंदू गावात यहूदी लोकांना जसे वेगळे करण्याची जागा आहे. हिंदू गावात वास्तव्य करतात आणि अस्पृष्य त्या यहुद्याप्रमाणे विशिष्ट ठिकाणी.

अशी आहे ही हिंदूंची अस्पृष्यतेची व्यवस्था. अहिंदूंमध्ये जे दिसते त्यापेक्षा ते नेहमीच वेगळे असते हे कोण नाकारू शकेल ? हिंदूंची अस्पृश्यता ही एक विचित्र अमानवी व्यवस्था आहे हे निर्विवाद आहे. अहिंदू समाजातही लोकांना अपवित्र मानले जात होते आणि त्यांची अपवित्रता अल्पकाळ होती, जी काही 'कृती'ने नष्ट करता येत होती. झाली. 'एकदा अपवित्र', नेहमीसाठी अपवित्र' या तत्त्वावर आधारित, अशाप्रकारची अपवित्रता कोठेही पहायला मिळाली नाही.

बिगर हिंदू समाजात लोकांना अपवित्र समजण्यात आले आणि त्यांचा सामाजिक व्यवहार देखील बंद झाला. परंतु असे कोठेही झाले नाही की एका वर्गाला कायमस्वरूपी वेगळे पाडण्यात आले. बिगर हिंदूने एका मोठ्या वर्गाच्या बाबतीत असे वर्तन केले आहे. परंतु ते अनोळख्यासारखे बाहेरच राहिले. रक्तसंबंधाच्या वर्तूळाबाहेर. असे कधी झाले नाही की कोणी आपल्याच लोकांना पिढ्यान्‌पिढ्या कायमस्वरूपी अपवित्र म्हणून ठेवले आहे.

अशाप्रकारे अस्पृष्यतेची ही एक विचित्र व्यवस्था आहे. जगातल्या कोणत्यात कोपऱ्यात मनुष्याने अशाप्रकारचा अनुभव घेतलेला नाही. दुसऱ्या कोणत्याही समाजात अशाप्रकारची व्यवस्था पहायला मिळत नाही. ना प्राचीन समाजात ना वर्तमान समाजात. अस्पुष्यतेचा अभ्यासा केल्याने ज्या अनेक समस्या पैदा होतात आणि त्या सोडवण्याची आवश्यकता आहे. त्यांचा समावेश या दोन प्रश्नांत होतो.

१) अस्पृष्य गावच्या बाहेर का वास्तव्यास आहेत.
२) त्यांची अपवित्रता कायमची आणि न संपणारी कशी बनली ? पुढील प्रकरणात या दोन प्रश्नाचे उत्तर देण्याचा प्रयत्न करण्यात आला आहे.

भाग-२ नैसर्गिक अधिवासाची समस्या

३.

अस्पृश्य लोक गावाबाहेर का राहतात?

अस्पृश्य लोक गावाबाहेर का राहतात ? हे इतके निषेधार्ह सत्य आहे की ज्यांना त्याच्याबद्दल फारशी माहिती नाही त्यांनाही हे इतके माहित आहे. हा एक अतिशय गंभीर प्रश्न असूनही, असे कोणालाच वाटले नाही की ज्याचे समाधानकारक उत्तर शोधले पाहिजे. असे काय झाले की अस्पृश्य गावाबाहेर राहू लागले ? त्यांना आधी 'अस्पृश्य' घोषित केले आणि नंतर गावाबाहेर राहण्यास भाग पाडले होते का ? की ते पूर्वीपासूनच गावाबाहेर राहत होते आणि नंतर त्यांना 'अस्पृश्य' घोषित करण्यात आले होते ? जर आपले उत्तर असे असेल की तो पूर्वीपासूनच गावाबाहेर राहत होते, तर पुढचा प्रश्न उद्भवतो की याचे कारण काय होते ?

गावाबाहेर राहणाऱ्या अस्पृश्यांच्या प्रश्नावर कोणी विचार केला नाही, त्यामुळे साहजिकच त्याबद्दल कोणाचेही कसलेही म्हणणे नव्हते. होय, हिंदू धर्मग्रंथांचा एक दृष्टिकोन नक्कीच आहे. एखाद्याला त्याला सिद्धांताचा दर्जा द्यायचा असेल तर तो तसे करू शकतो. 'अंत्यजांनी गावाबाहेर राहावे, त्यांची वस्ती गावाबाहेर असावी' असे शास्त्र सांगते. उदाहरणार्थ मनुचे विधान आहे-

चाण्डालश्चपचानान्तु बिहिर्गामातू प्रतिश्रयः।
अपपात्रश्च कर्तव्या धनमेषा गर्दभम् (१०,५१)
वासासि मृतचेलानि भिन्नभाण्डेषु भोजनम ।
काष्णाय समलंकारः पव्रिज्या च नित्येशः (१०, ५२)
न तैः समय मन्च्छित् पुरूषो धर्ममाचरना।
व्यवहारो मिथस्तेषां विवाहः सदृशैः सहा ।। (१०, ५३)

अन्नमेषा पराधीन देय स्याद भिन्नभाजने ।
रात्रौ न विचरेयुस्ते ग्रामेषु नगरेषु चा । (१०,५४)
दिवा चरेयुः कार्यार्थ चिहिता राजशासनैः।
अबान्धवं चैव निहरेयुरिति स्थितिः।। (१०.५५)
बध्यांश्च हन्युः सततंयथा शास्त्रं नृपाज्ञया।
बथ्यवासांसि गृहणोयःशय्याश्चाभरणानि चा । (१०.५६)

तात्पर्य : चांडाळ आणि खापचांचे वास्तव्य गावाबाहेर असेल. त्यांना अपात्र ठरवावे लागेल. त्यांची मालमत्ता कुत्रे आणि गाढवे असावी. (१०, ५१)

प्रेतावरून उतरून टाकलेले वस्त्र त्यांनी परिधान करावेत, तुटलेल्या भांड्यांमध्ये अन्न त्यांनी खावे, दागिने काळ्या लोखंडाचे असतील आणि त्यांना नेहमी जागोजागी फिरत राहावे लागेल.' (१०, ५२)

'कोणत्याही धार्मिक कार्यात गुंतलेल्या कोणालाही त्यांच्याशी काही देणेघेणे नसेल. ते त्यांचे सर्व व्यवहार आपापसात ठेवतील आणि त्यांच्या समान दर्जाच्या लोकांशी लग्नही करतील. (१०,५३)

'तुटलेल्या भांड्यात यांना कोणीतरी नोकर वगैरे अन्न देईल. रात्रीच्या वेळी ते गावात किंवा शहरात फिरू शकणार नाहीत. (१०, ५४)

'दिवसाच्या वेळी ते त्यांच्या कामावर जाऊ शकतात; परंतु त्यांना गाव प्रमुखाकडे हजेरी द्यावी लागेल. होय, नातलग नसलेल्या व्यक्तींचे मृतदेह घेऊन जावे लागतील, असा नियम निश्चित आहे. (१०, ५५)

'ग्राव प्रमुखाच्या परवानगीने त्यांना नेहमी शिक्षेच्या धोरणानुसार गुन्हेगारांना ठार मारावे लागेल आणि ते त्या गुन्हेगारांचे कपडे, अंथरूण आणि दागिने घेऊ शकतील. (१०, ५३)

पण धर्मग्रंथांच्या या विधानांचा अर्थ काय असावा ? याचे दोन अर्थ होऊ शकतात. अस्पृश्यांनी गावाबाहेर राहावे असे धर्मग्रंथ सांगते तेव्हा अस्पृश्यांनी गावाबाहेर जिथे ते रहातात, तिथेच राहावे, असाच अर्थ निघू शकतो, हा एक अर्थ आहे. दुसरी व्यवस्था अशी असू शकते की ज्यांना 'अस्पृश्य' घोषित केले गेले आहे त्यांना गावात राहण्याची परवानगी दिली जाऊ नये, उलट त्यांना गावाबाहेर जाऊन गावाबाहेर राहण्यास भाग पाडले जावे. शास्त्राच्या या दोन विवेचनातून दोन शक्यता निर्माण होतात. एक गोष्ट अशी की गावाबाहेर जाऊन तिथे राहणाऱ्या अस्पृश्यांचा 'अस्पृश्यते'शी

काहीही संबंध नाही. सुरुवातीपासूनच ते गावाबाहेर वास्तव्य करीत आलेले आहेत. यानंतर त्यांच्या कपाळावर अस्पृश्यतेचा ठपका लागल्यावर त्यांनी गावात येणे बंद केले. दुसरी शक्यता अशी आहे की अस्पृश्यतेचा संबंध गावाबाहेर जाऊन तिथे राहणाऱ्या अस्पृश्यांशी आहे. दुसऱ्या शब्दांत सांगायचे तर, अस्पृश्य लोक आधी गावात राहत होते, नंतर जेव्हा त्यांच्या कपाळावर 'अस्पृश्यतेचा' ठपका लागला तेव्हा त्यांना गाव सोडून गावाबाहेर राहण्यास भाग पाडले गेले.

या दोन गोष्टींपैकी कोणती गोष्ट अधिक योग्य वाटते ?

ही दुसरी शक्यता स्पष्टपणे निरर्थक आणि निराधार अनुमान आहे. त्याचा पोकळपणा दाखवण्यासाठी एकच तर्क पुरेसा आहे. आपण ज्याबद्दल विचार करीत आहोत, ती कोण्या गावची किंवा भागाची गोष्ट नाही. ती भारतभर प्रचलित असलेली गोष्ट आहे. अस्पृश्यांना गावातून काढून बाहेर स्थायिक करणे ही मोठी गोष्ट आहे. एवढी मोठी गोष्ट कोणी आणि कशी केली असेल ? हे कोण्या चक्रवर्ती राजाच्या परवानगीशिवाय हे घडू शकले नसते. चक्रवर्ती राजालाही एका ठिकाणाहून दुसऱ्या ठिकाणी अस्पृष्यांना स्थलांतरित करणे शक्य नव्हते. हे शक्य असो वा अशक्य असो, हे केवळ चक्रवर्ती राजाचेच काम असू शकते. कोणत्या चक्रवर्ती राजाला या कामाचे श्रेय किंवा अश्रेय दिल्या जाऊ शकते ? स्पष्ट आहे की भारतात असा कोणीही राजा होऊन गेला नाही. जर भारतात असा राजा होऊन गेला नसेल तर ही दुसरी शक्यता नाकारली पाहिजे.

आता असे मानले जाऊ शकते की अस्पृश्य म्हटल्या गेलेल्या लोकांना 'अस्पृश्य' म्हणायला सुरूवात केल्याआधीपासून ते गावाबाहेर राहत होते आणि नंतर 'अस्पृश्य' असा ठपका मारल्यानंतरही ते बाहेरच राहिले. पण यामुळे एक अतिशय कठीण प्रश्न निर्माण होतो. ते गावाबाहेर का राहत होते ? त्यांना असे करायला कोणी भाग पाडले ? याचे उत्तर असे की, समाजशास्त्राच्या विद्यार्थ्याला जगातील आरंभिक समाजाच्या सध्याच्या स्वरूपाविषयी काय माहिती आहे, याचा विचार करता, 'अस्पृश्य' हे आरंभापासूनच खेड्याबाहेर वास्तव्य करीत आलेले आहेत, असे मानणे स्वाभाविक वाटते.

वरील कल्पना नैसर्गिक का आहे हे कदाचित बहुतेक लोकांना समजू शकणार नाही, जोपर्यंत त्यांना आरंभिक समाजाला वर्तमान स्वरूप धारण करण्यास कारणीभूत असलेल्या गोष्टींचे काही स्पष्टीकरण दिले जात नाही. ती गोष्ट नीट समजून घेण्यासाठी वर्तमान समाज दोन गोष्टींमध्ये सुरूवातीपासूनच वेगळा आहे, हे आपण ध्यानात ठेवणे

आवश्यक आहे. आरंभिक समाज 'भटक्या' जातींनी बनलेला होता आणि वर्तमान समाज हा 'स्थिर' जातींचा समूह आहे, दुसरा समाज हा रक्ताच्या नात्यावर अवलंबून असलेल्या कुटुंब-जातींचा समूह होता, वर्तमान समाज क्षेत्रगत स्थानीक जातींचा समूह आहे. दुसऱ्या शब्दांत सांगायचे तर, आरंभिक समाजाचा वर्तमान स्वरूपापर्यंत पोहोचण्यासाठी दोन मार्गांनी विकास झाला आहे. विकासाच्या प्रवाहाने आरंभिक समाजाला (रक्तावर अवलंबून) कुटुंब-जातीच्या आवस्थेतून प्रादेशिक जातीच्या आवस्थेत नेले आहे. असा बदल झाला आहे यात काही शंका नाही. अशा बदलाची स्पष्ट चिन्हे राजांच्या अधिकृत पदव्यांमध्ये दिसतात. इंग्रजी राजांच्या पदव्या घ्या, स्वतःला इंग्लंडचा राजा म्हणवून घेणारा तो पहिला राजा होता. त्यांचे पूर्वज सामान्य होते आणि स्वतःला ब्रिटीशांचे राजे म्हणत. पहिले विधान प्रादेशिक जातीचे, दुसरे कौटुंबिक जातीचे प्रतिनिधित्व करते. एकेकाळी इंग्लंड हा देश होता. जिथे इंग्रजांचेही वास्तव्य होते. आता इंग्रज हे इंग्लंडमध्ये राहणारे लोक आहेत. फ्रेंच सम्राटांच्या पदव्यांमध्येही असाच बदल झाला.

कधी ते 'फ्रान्स लोकांचा राजा' म्हणून ओळखला जात होता, परंतु नंतर तो 'फ्रान्सचा राजा' म्हणून ओळखला जाऊ लागला. विकासाच्या दुसऱ्या प्रवाहाने आरंभिक समाज 'भटक्या समाजा'पासून 'स्थायिक समाजात' बदलला. इथेही हा बदल इतका निश्चित आणि परिणामकारक आहे की त्याचे वास्तव पटवून देण्यासाठी कोणत्याही उदाहरणाची गरज नाही.

यावेळी, आपण विकासाच्या दुसऱ्या प्रवाहाचा विचार करणे आपल्यासाठी पुरेसे आहे. आरंभिक समाज 'भटका समाज' राहून 'स्थायिक समाज' कसा झाला ? आरंभिक समाज भटका समाज न रहाता स्थिरस्थावर समाज कसा बनला याची कथा एका प्रकरणात बसू शकत नाही इतकी लांब आहे. फक्त दोन गोष्टींकडे लक्ष देणे पुरेसे आहे. पहिली गोष्ट समजून घेतली पाहिजे की आरंभिक समाजाने भटके जीवन का सोडले ? भटक्या जीवनातून स्थिरावलेल्या जीवनाकडे वाटचाल करताना त्याला कोणत्या टप्प्यांतून जावे लागले ?

निःसंशय आरंभिक समाज हा 'भटका समाज' होता. पण भटकंतीच्या कोणत्याही स्वभावामुळे तो भटका नव्हता. याचे कारण असे होते की आरंभिक समाजाची संपत्ती प्राणी होती आणि प्राणी नवीन कुरणांच्या शोधात फिरत होते. आरंभिचा समाज प्राणि जिथे घेऊन जायचे तिथे त्यांच्या मागे जात असे. जेव्हा आरंभिच्या समाजाने भटकणे सोडून दिले, म्हणजे जेव्हा ते एका ठिकाणी स्थायिक झाले तेव्हा त्यांना नवीन

प्रकारच्या संपत्तीचा शोध लागला. ही नवीन संपत्ती म्हणजे म्हणजे 'शेती' होती. हे तेव्हा घडले जेव्हा आरंभिक समाजाने शेती आणि मशागतीची कला शिकली आणि जेव्हा त्याची संपत्ती प्राणि ते शेती अशी झाली. तेव्हा तो एका जागी स्थिर झाला. या बदलाबरोबरच आरंभिचा समाजही स्थिर होऊन एका ठिकाणी स्थायिक झाला.

यावरून हे स्पष्ट होते की आरंभिचा समाज हा एकेकाळी भटक्या समाजाचा होता आणि मग तो एकाच ठिकाणी स्थिर राहायला का शिकला ?

दुसरी गोष्ट लक्षात घेण्यासारखी ही आहे की, आरंभिचा समाज भटके जीवन सोडून पुढे वाटचाल करत होता, त्या वेळी कोणत्या घटना घडल्या ? भटक्या जीवनाचा त्याग करून स्थैर्याचे जीवन स्वीकारताना प्रामुख्याने आरंभीच्या समाजाला दोन समस्या भेडसावत होत्या. एक म्हणजे एका ठिकाणी स्थायिक झालेल्या लोकांचा बंदोबस्त करणे आणि दुसरे म्हणजे विखुरलेल्या पराभूत लोकांचा बंदोबस्त करणे. एकाच ठिकाणी स्थायिक झालेल्या जमातींना भेडसावणारा प्रश्न असा होता की इतर भटक्या जमातींपासून स्वतःचे संरक्षण कसे करायचे ? आणि विघटीत पराभूत जातींची समस्या ही होती की त्यांना कुठेतरी आश्रयस्थान मिळेल. या समस्या का आणि कशा निर्माण झाल्या हे आणखी स्पष्ट करणे आवश्यक आहे ?

एकाच ठिकाणी स्थायिक झालेल्या जातींना भेडसावणाऱ्या समस्या समजून घेण्यासाठी खालील गोष्टींकडे लक्ष द्यावे लागेल. एकाच वेळी सर्व भटके समूह किंवा जाती स्थिर झाल्या नाहीत. काही स्थिर झाले, काही भटके राहिले. दुसरी गोष्ट लक्षात ठेवण्यासारखी ही आहे की हे समूह किंवा जाती आपापसात कधीच शांततेत राहिल्या नाहीत. त्यांच्यात नेहमी आपापसात भांडण होत असे. जेव्हा सर्व गट किंवा जाती भटक्या अवस्थेत होत्या, तेव्हा त्यांच्या परस्पर युद्धांची मुख्य कारणे होती (१) जनावरांची चोरी, (२) स्त्रियांची चोरी, (३) इतर गट किंवा जातींच्या कुरणात जनावरांना जबरदस्तीने चोरून नेणे. जेव्हा काही गट किंवा जाती स्थिर झाल्या आणि स्थायिक झाल्या, तेव्हा जे समूह किंवा जाती अजूनही भटकं जीवन जगत होते, त्यांना एकाच ठिकाणी स्थायिक झालेल्या लोकांशी लढणे आणि संघर्ष करणे सोपे झाले. दुसरे म्हणजे, भटक्या लोकांशी लढण्यापेक्षा ते अधिक फायदेशीर होते. स्थायिक झालेल्या जातींकडे दुप्पट संपत्ती आहे हे भटक्या जातींना समजले होते. भटक्या गटांप्रमाणेच त्यांच्याकडे केवळ प्राणीच नव्हते, तर प्राण्यांशिवाय त्यांच्याकडे धनही होते, हे पाहून भटक्या लोकांच्या तोंडाला पाणी येत असे. भटके दल स्थिर जमातींवर सतत संघटीत हल्ले करायचे जेणेकरून त्यांना ते त्यांची संपत्ती लुटता येईल. तिसरी गोष्ट अशी होती

की या भटक्या जातींपासून स्वतःचे रक्षण करण्याच्या बाबतीत स्थायिक जातींची मोठी गैरसोय होत होती, कारण ते अधिक फायदेशीर व्यवसायात गुंतले होते, त्यामुळे त्यांना त्यांच्या गटांसाठी सर्वकाळ तलवारी बनवणे आणि काम सोडून त्यांचा पाठलाग करता येत नव्हता. यात आश्चर्य वाटण्यासारखे काहीच नाही. इतिहास दर्शवतो की ज्या लोकांकडे स्वतःचे संरक्षण करण्याचे साधन नव्हते, सुसंस्कृत असूनही ते इतर असंस्कृत लोकाचा सामना करू शकत नव्हते. यावरून हे स्पष्ट होते की जेव्हा भटक्या जाती स्थिर झाल्या आणि एकाच ठिकाणी स्थायिक होऊ लागल्या, तेव्हा त्यांच्यापुढे स्वसंरक्षणाचा प्रश्न का आणि कसा निर्माण झाला ?

आणि पराभूत आणि विखुरलेल्या मानवांची समस्या कशी निर्माण झाली ? हे समजणे अवघड नाही. आपापसात सतत भांडणाचा हा परिणाम आहे, जी समाजाच्या आरंभिच्या काळात त्या टोळीमध्ये किंवा जातींमध्ये एक सामान्य गोष्ट होती. या टोळीयुद्धांत जवळजवळ नेहमीच एक टोळी पराभूत होऊन अस्तव्यस्त होत असे. जी टोळी पराभूत होत असे, ते विभागले जात. परिणामी, समाजाच्या विकासाच्या सुरुवातीच्या टप्प्यात, अशा प्रकारे पराभूत आणि विखुरलेले लोक मोठ्या संख्येने इकडे-तिकडे फिरत राहिले. विखुरलेल्या लोकांची समस्या का उद्भवली हे समजून घेण्यासाठी, आरंभिचा समाज टोळयात संघटीत होता. टोळी मर्यादित असण्याचे दोन अर्थ होते. पहिली गोष्ट म्हणजे आरंभिच्या समाजात प्रत्येक व्यक्ती कोणत्या ना कोणत्या टोळीशी संबंधित होती. एवढेच नाही तर त्याला कोणत्या ना कोणत्या टोळीचा असणे गरजेचे होते.

समूहाच्या बाहेर कोणत्याही व्यक्तीचे अस्तित्व नव्हते, ते अस्तित्वात नव्हते. दुसऱ्या टोळीचा आधार रक्त नाते असल्यामुळे एका टोळीत जन्म घेतलेली कोणतीही व्यक्ती दुसऱ्या टोळीत सामील होऊन सभासद होऊ शकत नव्हती. त्यामुळे या विखुरलेल्या लोकांना वैयक्तिक क्षमतेनेच राहावे लागायचे. पण आरंभिक समाजात, जिथे एक टोळी दुसऱ्या टोळीसोबत युद्ध करत होता, तिथे या वाताहत झालेल्या लोकांच्या टोळीवरही हल्ला होण्याची भीती नेहमी असायची. कुठे आश्रय शोधायचा हे त्यांना कळत नव्हते. त्यांच्यावर कोण हल्ला करेल आणि त्यांचे संरक्षण कोण करेल हे त्यांना माहीत नव्हते ? त्यामुळे या वाताहत झालेल्या लोकांसाठी निवारा शोधणे आणि सुरक्षित राहणे ही समस्या होती.

आरंभिक समाजाच्या विकासाबद्दल वर जे काही थोडक्यात सांगितले गेले आहे, त्यावरून हे स्पष्ट होते की आरंभिक समाजाच्या जीवनात एक काळ असा होता, जेव्हा

ते दोन गटांमध्ये विभागले गेले होते. एका ठिकाणी कायमस्वरूपी स्थायिक झालेल्या लोकांचा एक समूह होता. भटक्या आक्रमकांविरुद्ध त्यांचे रक्षक म्हणून काम करू शकणारे लोक शोधणे ही त्यांची समस्या होती. दुसरा गट त्या वाताहत झालेल्या पराभूत लोकांचा होता, ज्यांना अन्न आणि निवारा देणारा संरक्षक शोधण्याची समस्या होती.

दुसरा प्रश्न म्हणजे या दोन गटांनी त्यांची समस्या कशी सोडवली ? जरी आपल्याकडे प्राचीन काळातील असा कोणताही लेखाजोखा नाही ज्याच्या आधारे आपण निश्चितपणे सांगू शकतो की दोघांमध्ये कोणत्या प्रकारचा करार झाला होता, तरीही आपण असे म्हणू शकतो की दोघांनी आपापसात एक तडजोड केली, त्यानुसार वाताहत झालेल्या- विविध लोकांनी एका ठिकाणी कायमस्वरूपी स्थायिक झालेल्या जातींचे रक्षण करणे स्वीकारले आणि दुसरीकडे कायमस्वरूपी स्थायिक झालेल्या जातींनी अन्न व निवारा देण्याचे मान्य केले. खरंच, अशी परस्पर व्यवस्था केली नसती तर हे फारच अनैसर्गिक ठरले असते कारण दोघांनाही आपापल्या अस्तित्त्वासाठी एकमेकांच्या सहकार्याची गरज होती.

ही तडजोड करण्यात एक अडचण निर्माण झाली असावी. वाताहत झालेल्यांना वास्तव्यासाठी जागा कुठे द्यावी ? स्थायिक झालेल्या लोकांमध्ये किंवा त्यांच्या बाहेर बाहेर ? या समस्येचा निर्णय घेताना दोन गोष्टी निर्णायक ठरल्या असतील, -एक म्हणजे रक्ताचे नाते आणि दुसरे युद्ध धोरण. आरंभिक लोकांच्या समजुतीनुसार, फक्त एका रक्ताचे लोक एकत्र राहू शकत होते. कोणत्याही विशिष्ट टोळीचा अधिकार असलेल्या क्षेत्रात बाहेरच्या व्यक्तीला प्रवेश करता येत नव्हता. हे वाताहत झालेले लोक 'बाहेरचे' होते. ते अशा गटाचे होते जे कायमस्वरूपी स्थायिक झालेल्या लोकांच्या गटापेक्षा वेगळे होते. हे असे असताना, त्यांना स्थायिक लोकांमध्ये राहू दिल्या जाऊ शकत नव्हते.

युद्ध धोरणाच्या दृष्टीकोनातून, या वाताहत झालेल्या लोकांनी गावाच्या सीमेवर राहावे, जेणेकरून ते आक्रमकांशी लढू शकतील. या दोन गोष्टींमुळे त्यांनी गावाबाहेर आणि गावाच्या सीमेजवळ रहावे, असा निर्णय घेण्यात आला.

आता आपण मुख्य प्रश्नाकडे परत येऊ. अस्पृश्य लोक गावाबाहेर का राहतात ? वर दिलेल्या मार्गदर्शक तत्त्वांचे अनुसरण करून, या प्रश्नाचे उत्तर देण्यासाठी काही प्रयत्न केले जाऊ शकतात. हिंदू समाज भटके जीवन सोडून स्थिर जीवनाकडे वाटचाल करत असताना भारतातही जे घडले तेच इतरत्र घडले असावे. आरंभिक समाजात

कायमचे स्थायिक झालेले लोक आणि वाताहत झालेले लोक असे दोन्ही असत. कायमस्वरूपी स्थायिक झालेल्यांनी गावाचा पाया घातला आणि गावातच स्थायिक झाले; वाताहत झालेले पराभूत लोक गावाबाहेर स्थायिक झाले कारण ते वेगळ्या गटाचे आणि भिन्न रक्ताचे होते. ठोस भाषेत सांगायचे झाले तर, आजचे 'अस्पृश्य' हे काही काळातील वाताहत झालेले पराभूत लोक आहेत आणि ते वाताहत झालेले लोक वेगळे असल्याने ते गावाबाहेर स्थायिक झाले.

यावरून हे स्पष्ट होते की त्यांच्या आरंभिक काळापासूनच असे मानणे स्वाभाविक आहे की ते अनादी काळापासून 'अस्पृश्य' गावाबाहेर राहत होते आणि त्यांच्या गावाबाहेर राहिल्याचा आणि 'अस्पृश्यतेचे काही देणे-घेणे नाही. हा सिद्धांत इतका नवीन आहे की टीकाकारांना त्यांच्या प्रश्नांची उत्तरे मिळत नाहीत, तोपर्यंत चैन पडणार नाही. ते विचारू शकतात.

१) 'अस्पृश्य' हे वाताहत झालेले लोक आहेत याचा काही पुरावा आहे का ?

२) वर चर्चा केलेली कायमस्वरूपी तोडगा काढण्याची प्रक्रिया कोणत्या देशात झाली आहे, याचा काही पुरावा आहे का?

३) गावाबाहेर वाताहत झालेल्या लोकांचे जगणे ही एक व्यापक घटना असेल, तर गावाबाहेरच्या वसाहती इतर देशांमध्ये अस्तित्वात नसून फक्त भारतातच राहिल्या हे कसे घडले ?

४.

अस्पृश्य हे जातीबाह्य-विभक्त लोक आहेत का ?

'अस्पृश्य' हे मुळात वाताहत झालेले पराभूत लोक आहेत का ? असा प्रश्न विचारला तर माझे उत्तर 'हो' असे आहे. जेव्हा तुम्ही होय म्हणता तेव्हा तुम्हाला तुमचे विधान सिद्ध करावे लागते. या संबंधाचे खरे पुरावे मिळू शकले असते; जर हिंदू खेड्यातील 'स्पर्श' आणि 'अस्पृश्य' लोकांच्या पारंपारिक जातीय प्रतिकांचा कोणी अभ्यास केला असता. दुर्दैवाने, संस्थेतील मानववंशशास्त्राच्या (anthoropology) विद्यार्थ्यांनी हिंदू आणि अस्पृश्य यांच्या जातीय वैशिष्ट्यांचा अभ्यासच सुरू केलेला नाही. जेव्हा असे साहित्य संकलित केले जाईल, तेव्हा आम्ही या प्रकरणात उपस्थित केलेल्या प्रश्नांवर निर्णायक मत देऊ शकू. आत्तापर्यंत, मी केलेल्या छोट्याशा संशोधनातून, मला समाधान आहे की, एका विशिष्ट गावातील 'अस्पृश्य' लोकांची परस्पर जातवैशिष्ट्ये, त्याच गावातील 'हिंदू' यांच्या परस्पर जातीय वैशिष्ट्यांपेक्षा भिन्न आहेत.

हिंदू आणि अस्पृश्य यांच्या परस्पर जातीय वैशिष्ट्यांमधील फरक हा अस्पृश्य हे वाताहत झालेले लोक आहेत आणि त्यांच्यातील जातीय प्रतिकं हाच ते एकमेकंपासून भिन्न आहेत, हाच ठोस पुरावा आहे. पण या प्रकारची सामग्री अजून गोळा करायची आहे हे मान्य करावे लागेल. परंतु अशा काही गोष्टी आहेत ज्या अद्याप टिकून आहेत, ज्या मार्गदर्शक ठरतात आणि त्यावरून असा निष्कर्ष काढता येतो की 'अस्पृश्य' हे वाताहत झालेले लोक आहेत. असे पुरावे देणाऱ्या गोष्टी दोन प्रकारच्या आहेत.

सर्वप्रथम, 'अंत्य', अंत्यज' आणि 'अंत्यवासीन' अशी नावे आहेत, जी हिंदू धर्मग्रंथांनी काही जातींना दिली आहेत. ते प्राचीन काळापासून चालत आलेली आहेत. ही नावे विशिष्ट लोकांसाठी का वापरली गेली ? या शब्दांमध्ये काही अर्थ दडलेला दिसतो. हे 'अंत' या शब्दाच्या संयोगातून बनलेले आहेत. 'अंत' या शब्दाचा अर्थ काय ? पंडित म्हणतात की 'अंत्य' या शब्दाचा अर्थ 'शेवटी उत्पन्न झालेला' असा होतो.

कारण या सिद्धांतानुसार 'शूद्र' शेवटी जन्माला आलेले आहेत. अस्पृश्य हा ब्रह्मदेवाच्या निर्मितीबाहेरचा प्राणी आहे. शूद्र प्रथम आणि शेवटचे हे तत्व अस्पृश्यांना लागू होत नाही. माझ्या समजुतीनुसार 'अंत्य' चा अर्थ सृष्टीचा अंत नसून गावाचा शेवट असा आहे. गावाच्या सीमेवर राहणाऱ्या लोकांना हे नाव दिले आहे. 'अंत्य' या शब्दाला ऐतिहासिक महत्त्व आहे. हे सांगते की एक काळ असा होता की गावात काही लोक राहत होते आणि गावाबाहेर, गावाच्या शेवटी राहणाऱ्या लोकांना 'अंत्यज' म्हणत.

गावाच्या बाहेर मोजकेच लोक का राहत होते ? याचे यापेक्षा वेगळे कारण असू शकते की हे वाताहत झालेले लोक होते आणि ते त्या गटाच्या बाहेरचे होते, ज्या गावचे चे लोक गावाच्या आत वास्तव्य करीत ? त्याशिवाय दुसरे काही कारण असू शकते का ? हेच मुख्य कारण होते, हे या लोकांसाठी वापरण्यात आलेल्या शब्दांच्या वापरावरूनही स्पष्ट होते. त्यामुळे 'अंत्य', 'अंत्यज', 'अंत्ये वासिन' या शब्दांच्या वापराचा दुहेरी अर्थ आहे. प्रथम, यावरून असे दिसून येते की गावाबाहेर वेगळे राहणे ही एक अनोखी गोष्ट होती की त्यासाठी नवीन शब्द तयार करावे लागले. दुसरे म्हणजे, जे नवीन शब्द वापरले गेले आहेत ते असे आहेत की ते ज्या लोकांसाठी वापरले गेले आहेत त्यांच्या तात्काळ स्थितीचे अचूक चित्रण करतात, म्हणजेच ते 'अनोळखी' होते हे दिसून येते.

दुसरे असे की, 'अस्पृश्य' हे केवळ वाताहत झालेले लोक आहेत, असे म्हणणाऱ्या 'महार' जातीतील आहेत. 'महार' ही महाराष्ट्रातील प्रमुख अस्पृश्य जात आहे. ही महाराष्ट्रातील एकमेव सर्वात मोठी अस्पृश्य जात आहे. महार आणि इतर हिंदू यांच्यातील परस्पर संबंध स्पष्ट करणाऱ्या खालील महत्त्वाच्या गोष्टी लक्षात घेण्यासारख्या आहेत. (१) महार प्रत्येक गावात आढळतात. (२) महाराष्ट्रातील प्रत्येक गावाला एक भिंत असते आणि त्या भिंतीबाहेर महार राहतात. (३) महार आळीपाळीने गावचे रक्षण करतात. (४) महार त्यांच्या ५२ अधिकारांवर चर्चा करतात, जे त्यांना केवळ हिंदूंकडून मिळाले आहेत. या ५२ अधिकारांपैकी सर्वात महत्त्वाचे आहेत.

१) गावातील लोकांकडून अन्न गोळा करण्याचा अधिकार.

२) कापणीच्या वेळी प्रत्येक गावातून धान्य गोळा करण्याचा अधिकार.

३) गावात मरण पावलेल्या कोणत्याही प्राण्याचा मृतदेह वापरण्याचा अधिकार. महारांच्या स्थितीवरून जे सिद्ध होते ते फक्त महाराष्ट्रापुरतेच मर्यादित आहे यात शंका नाही. भारतातील इतर प्रांतातही अशीच परिस्थिती आहे की नाही हे शोधणे बाकी आहे ? परंतु संपूर्ण भारतातील अस्पृश्यांच्या स्थितीचे उदाहरण म्हणून महारांच्या स्थितीचा विचार केला तर हे मान्य करावे लागेल की भारताच्या

इतिहासात अशी एक वेळ आली जेव्हा इतर टोळीतील वाताहत झालेले पराभूत लोक कायमस्वरूपी स्थिर झालेल्या लोकांकडे आले आणि त्यांच्याशी एक तडजोड केली, ज्याद्वारे वाताहत झालेल्या लोकांना गावांच्या सीमेवर स्थायिक होण्याची परवानगी मिळाली. त्यांना काही कर्तव्ये पार पाडावी लागली आणि त्या बदल्यात त्यांना काही अधिकारही मिळाले. महारांची परंपरा म्हणजे त्यांना बेरारच्या मुस्लिम राजांकडून मिळालेले ५२ अधिकार. याचा अर्थ असा होऊ शकतो की हे अधिकार तर प्राचीन आहेत, परंतु बेरारच्या राजांनी त्यांना नव्याने मान्यता दिली. ही वस्तुस्थिती अगदीच किरकोळ असली तरी यामुळे एका मर्यादेत ही गोष्ट सिद्ध होते की आरंभापासूनच 'अस्पृश्य' गावाबाहेर वास्तव्य करीत आलेली आहेत. असे नाही झाले की त्यांना अस्पृष्य ठरवण्यात आले आणि मग त्यांना गावाबाहेर वास्तव्य करण्यास भाग पाडले. ते सुरूवातीपासूनच गावाबाहेर राहत आहेत, कारण ते लोक इतर टोळीपासून विभक्त झाले होते, जे गावच्या आत स्थायिक झाले होते.

हे मान्य करण्यात सर्वात मोठी अडचण म्हणजे अस्पृश्य हे आधीपासूनच 'अस्पृश्य' राहिलेले आहेत. आजच्या 'अस्पृश्यांचे' पूर्वज 'अस्पृश्य' नव्हते हे समजल्यावर हा गैरसमज लगेच दूर होईल. ते फक्त वाताहत झालेले लोक होते, दुसरे काहीही नाही, त्यांच्यात आणि इतर लोकांमध्ये जर काही फरक असेल तर तो इतकाच की ते वेगवेगळ्या 'गटांचे' किंवा 'कुळांचे' लोक होते.

५.

सर्वत्र असे घडले आहे का ?

असे वाताहत झालेले लोक गावाबाहेर इतरत्र स्थायिक झाल्याबद्दल इतिहासाला माहिती आहे का ? या प्रश्नाचे उत्तर 'होय' असे देता येईल. सुदैवाने, आपल्याकडे अशी उदाहरणे आहेत जी हे सिद्ध करतात की जे विशेषतः भारतात घडले, ते इतरत्रही घडले आहे. ज्या देशांत हा प्रकार घडल्याचे सांगितले जाते त्या देशांची नावे आयर्लंड आणि वेल्स आहेत.

सुरूवातीच्या काळात आयर्लंडची ग्रामसंस्था कशी होती हे ब्रेहानच्या आयर्लंडच्या नियमांवरून कळू शकते. सर हेन्रीमन यांनी दिलेल्या खालील सारांशावरून या कायद्यांतून काय दिसते याची थोडीफार कल्पना येऊ शकते. सर हेन्रीमन म्हणतातः

ब्रेहानचा कायदा आपल्याला समाजाच्या त्या व्यवस्थेची ओळख करून देतो, जेव्हा 'टोळी' किंवा 'कुळ' एकाच ठिकाणी स्थायिक होण्यास बराच काळ लोटला होता. राजकीय 'अस्तित्व' तयार करण्यासाठी ते पुरेसे आकार आणि महत्त्व असले पाहिजे आणि बहुधा आयरिश लिखाणात 'राजे' म्हणून संबोधल्या गेलेल्या अनेक प्रमुखांपैकी एकाने त्याचे नेतृत्व केले असावे. मुळात जी गोष्ट मान्य केली जाते ती अशी की, जितकेही टोळयांचा प्रदेश असो, ते सर्व टोळीचे असतात. पण प्रत्यक्षात त्याच्या मोठ मोठ्या भागावर टोळीच्या लहान लहान कुळांचा कायमचा अधिकार होतो. त्याचा एक भाग मुख्यांसाठी व दुसरा भाग टोळीच्या अधिकारात आहे, त्यापैकी काही लहान प्रमुखाच्या अधीन आहेत. आणि असे काही आहेत ज्यांच्यावर कोणत्याही प्रमुखाचा थेट अधिकार नसला तरी उच्चभ्रू वर्गातील काही व्यक्ती त्यांचे प्रतिनिधित्व करतात. इतर कोणीही ताब्यात न घेतलेल्या सर्व जमिनीवर टोळीचा विशेष सामूहिक अधिकार असतो आणि तत्त्वतः ज्यांचे कोणत्याही भागावर तात्पुरते अधिकार आहेत ते स्वतःला 'टोळीतले लोक' म्हणवणारे गट आहेत, परंतु प्रत्यक्षात त्यांनी एकत्र येऊन मुख्यत्वे

प्राणी चरण्याच्या उद्देशाने एक करार केला आहे. टोळीच्या जमिनीच्या मोठ्या भागावर कोणाचाही अधिकार नाही, ती टोळीची 'पडीत' जमीन आहे. असे असतानाही या जमिनीचा वापर सतत केला जातो किंवा किंवा टोळीच्या लोकांकडून कायमची गुरे चारली जातात आणि त्यावर शेती करणारे तसेच जमीन लोकांना वास्तव्यासाठी दिली जात असे. खास करून सीमेजवळ. हा जमिनीचा एक भाग आहे ज्यावर प्रमुखाचा अधिकार चालतो आणि तो आपल्या 'फ्यूदहिर' किंवा अनोळखी लोकांना स्थायिक करतो, ज्यात शेतकऱ्यांचा एक महत्त्वपूर्ण वर्ग आहे. त्याच्याकडे संरक्षणासाठी येणारे इतर टोळीचे बेकायदेशीर आणि पराभूत लोक येत असत ज्यांचा नव्या टोळीसोबत तितकाच संबंध असे जे प्रमुखाकडे सुरक्षेसाठी येत असतं, जो त्यांची जबाबदारी स्वतःवर घेत असे."

हे 'फ्युदहिर' कोण होते ? सर हेन्री गेन यांच्या मते 'फ्युदहिर' होते-

'इतर प्रदेशातून येणारे 'अनोळखी' किंवा निर्वासित ज्यांनी त्यांच्या मूळ टोळीसोबत संबंध तोडला होता. हा संबंध त्यांना त्यांच्या 'जाती'त स्थान देत होता आणि नव्या ठिकाणी टोळीत जागा मिळवण्याचा प्रयत्न होता. त्याचा परिणाम असा झाला की, संपूर्ण देश वाताहत झालेल्या लोकांनी भरला होता. त्यांच्यासाठी शेत कसणारा शेतकरी होणे हा निवासस्थान मिळवण्याचा एकमेव मार्ग होता.

'फ्युदहिर' टोळीतला व्यक्ती नव्हता. तो त्या तमाम समाजातला 'परका' होता. ज्यातील व्यक्त रक्ताच्या नात्याने एकमेकांशी संबंधीत होते. जो आपल्या टोळीपासून अलग पडला आहे, त्याची फार दुर्दशा होते. त्याचे जे स्वभाविक ठिकाण आहे, तिथे तो तर जात रहातो, त्याच्याकडे त्याच्यासाठी दुसरीकडे कुठे जागा नसते.

आता वेल्सबद्दल बोलताना श्री सीभोम यांनी सुरुवातीच्या काळातील वेल्सची गावं एकत्र आल्याचे वर्णन केले आहे. सिभोमच्या मतानुसार, वेल्स गाव म्हणजे घरांचा समूह होता. स्वतंत्र शेतकऱ्यांची घरे आणि गौण शेतकऱ्यांची घरे अशा दोन भागात घरांची विभागणी करण्यात आली होती. श्री. सीभोम सांगतात की वेल्समधील पूर्वीच्या काळातील खेड्यांमध्ये हे वेगळे निवासस्थान एक सामान्य गोष्ट होती. हे परधीन शेतकरी वेगळे आणि दूर का स्थायिक झाले ? या वेगळेपणाचे कारण श्री. सीभोम यांनी अशाप्रकारे दिले आहे-

'एका दृष्टीक्षेपात, वेल्सच्या प्राचीन कायद्यांमध्ये नमूद केलेले टोळीचे लोक आणि टोळीबाह्य लोक आणि मानवी वर्ग यांच्यात मोठा गोंधळ असल्याचे दिसून येते. हा गोंधळ तेव्हाच नाहीसा होतो जेव्हा त्या समाजाच्या टोळीचे मूलभूत नियम समजले

जातात. हे तत्त्व एक अतिशय साधे स्वरूप धारण करते जर ते भूमीच्या स्थायिकतेपासून मुक्त केले तर. विदेशी कायदे, रितीरिवाज तसेच नामावलीच्या आक्रमणापासून वेगळे ठेवले तर. यात काही शंका नाही की टोळी समाजाचा पहिला सिद्धांत स्वतंत्र टोळीच्या लोकांचा आपसातील रक्तसंबंधावर आधारीत होता. कोणीही असो, जो रक्ताचा नसेल, 'टोळीचा' सदस्य असत नव्हता. टोळी देखील वास्तवात वेल्सच्या संबधीयांची एक सभाच होती. मोठ्याप्रमाणात वेल्सच्या टोळीमध्ये दोन वर्ग होते-वेल्सच्या रक्ताचे आणि परक्या रक्ताचे. शेतीची व्यवस्था किंवा विजयाच्या कोणत्याही बाबीबाबत नेहमीच बेफिकीर असलेल्या या दोन टोळीमध्ये, जरी तिला अुनलंघनीय मानले, तरी त्यांच्यात फार मोठी तफावत होती. ही रक्ताची तफावत होती आणि लवकरच स्पष्ट होते की ज्या आग्रहाने या फरकाचे रक्षण केले आहे ते टीळीच्या पद्धतीचे एक विशेष परिचायक चिन्ह आहे आणि सोबतच त्यांच्या सामर्थ्याचे एक लपलेले रहस्य देखील होते."

सुरुवातीच्या काळातील आयर्लंड आणि वेल्सच्या ग्रामसंस्थांचे हे वर्णन हे स्पष्ट करते की भारतातील 'अस्पृश्य' हेच केवळ गावाबाहेर राहणारे नाहीत. यावरून हे सिद्ध होते की ही सर्वव्यापी घटना होती आणि त्यात खालील वैशिष्ट्ये होती-

१) सुरुवातीच्या काळात गावातील वस्त्या दोन भागात विभागल्या गेल्या होत्या. एका भागात एका टोळीचे लोक राहत होते, तर दुसऱ्या भागात वेगवेगळया टोळीचे लोक राहत होते.

२) वस्तीचा तो भाग, जिथे 'टोळीचे' लोक राहत होते, त्याला 'गाव' म्हणत. वाताहत झालेले लोक गावाबाहेर होते.

३) वाताहत झालेल्या लोकांचे गावाबाहेर राहण्याचे कारण म्हणजे ते 'परके' होते आणि त्यांचा त्या 'टोळी'सोबत कसलाही संबंध नव्हता.

भारतातील अस्पृश्य आणि आयर्लंडचा 'फ्युदिहर' आणि वेल्सचा 'अल्टर्ड' यांच्यात पूर्ण साम्य आहे. ज्या कारणास्तव आयर्लंडमधील 'फ्युदिहर' लोकांना आणि वेल्समधील 'अल्टुअर्ड' लोकांना खेड्याबाहेर राहावे लागले, त्याच कारणास्तव भारतातील 'अस्पृश्य' लोक गावाबाहेर राहत होते. यावरून हे स्पष्ट होते की गावाबाहेर राहणाऱ्या अस्पृश्यांबद्दल जे काही सांगितले गेले आहे, त्याची उदाहरणे इतरत्रही आहेत.

६.

या वस्त्या इतरत्र नामशेष का झाल्या ?

हे खरे आहे की आयर्लंडचे 'फ्युदिहर' आणि वेल्सचे 'अर्ल्टर्द' हे विखुरलेले लोक होते. ते स्वतंत्र वस्तीत राहत होते हे देखील खरे आहे. त्याचबरोबर त्या विखुरलेल्या लोकांच्या वसाहती लोप पावून त्या कायमस्वरूपी स्थायिक झालेल्या जातींचा भाग होऊन त्यांच्यात मिसळून गेल्या हेही खरे आहे. हे थोडे वेगळे आहे. आत्तापर्यंत मांडलेल्या सिद्धांतानुसार त्या लोकांचे गावाबाहेर पुनर्वसन करण्यात आले कारण ते वेगळया 'टोळीचे' आणि वेगळया 'रक्ताचे' होते. मग ते नंतर त्यांच्यातच विलीन कसे झाले ? भारतातही असे का घडले नाही ? असे काही प्रश्न आहेत जे स्वभाविक आहेत आणि ज्यांची उत्तरे मिळणे आवश्यक आहे.

हा प्रश्न विकासाच्या प्रक्रियेशी खास संबंधित आहे ज्याद्वारे आरंभिच्या समाजाने त्याचे सध्याचे स्वरूप घेतले. आधी म्हटल्याप्रमाणे हा विकास दोन मार्गानी झाला आहे. प्रथम, आरंभिक भटक्या समाजाचे स्थिर आवस्थेत रूपातंर होणे, दुसरे म्हणजे, आरंभिक समाज टोळी आवस्थेतून प्रादेशिक आवस्थेत जाणे, ज्या प्रश्नाने आपल्याला त्रस्त करू सोडले आहे की जो प्रगतीच्या दुसऱ्या प्रवाहाशी संबंधित आहे. कारण रक्ताच्या समानतेऐवजी भूभागाची समानता हे एकतेचे बंधन बनले आहे, त्यामुळेच विषम लोकांच्या स्वतंत्र वस्त्या नष्ट झाल्या आहेत. आरंभीच्या समाजाने भूभागाची समानता रक्ताच्या समानतेऐवजी एकतेचे बंधन म्हणून का स्वीकारले ? हा असा प्रश्न आहे ज्याचे समाधानकारक उत्तर मिळत नाही. बदलाचे मूळ कारण अज्ञात आहे. होय, हे स्पष्ट आहे की हा बदल कसा झाला ?

एका विशिष्ट टप्प्यावर पोहोचल्यावर, आरंभिक समाजात एक नियम बनला ज्यानुसार टोळीबाह्य लोक नातेवाईक बनून टोळीत सामील होऊ शकतात. या नियमाला 'कुलीनतेचा नियम' असे म्हणतात. टोळीबाह्य कोणी ठराविक पिढ्यांपर्यंत टोळीशी

जवळीक साधत असेल किंवा टोळीअंतर्गत विवाह केला असेल तर तो त्यांचा नातेवाईक असू शकतो, असा नियम होता. श्री सीभोम यांनी वेल्सच्या ग्रामपद्धतीत गटाबाहेरील व्यक्ती गटाचा सदस्य होण्यासाठी नियम दिले आहेत, ते पुढीलप्रमाणे-

१) साउथ वेल्श परंपरेनुसार, सायमरू (वेल्श) मध्ये राहणे 'परक्याला' शेवटी 'सिमरू' बनवते, परंतु त्याचे किमान ९ पिढ्या इतके वास्तव्य असले पाहिजे.

२) साइमरेच्या मते, प्रत्येक पिढीत होत असलेल्या आंतरविवाहामुळे चौथ्यापिढीत एक सिमरू होतो. दुसऱ्या शब्दांत, मूळ अनोळखी व्यक्तीचा नातू, ज्याच्या रक्ताचा एक भाग सिमरू झाला आहे. 'टोळीचा' अधिक हक्कदार बनतो.

हे भारतात घडायला नको होते का ? हे होऊ शकत होते-खरं तर ते व्हायला हवे होते. कारण भारतातही आयर्लंड आणि वेल्ससारखाच नियम होता. मनूने हे नमूद केले आहे. दहाव्या अध्यायातील श्लोक ६४ ते ६७ मध्ये, मनू म्हणतो की जर एखाद्या शूद्राने ब्राह्मण जातीत सात पिढ्यांपर्यंत विवाह केला तर तो ब्राह्मण होऊ शकतो. शूद्र कधीही ब्राह्मण होऊ शकत नाही हा चातुर्वर्ण्यांचा सामान्य नियम होता. शूद्र म्हणून जन्मला येणे आणि शूद्र म्हणून मरणे. तो कधीही ब्राह्मण होऊ शकत नव्हता. पण हा प्राचीन नियम इतका मजबूत होता की मनूला तो शूद्रांना लागू करावा लागला. हे स्पष्ट आहे की जर हा नियम भारतात चालू राहिला असता तर भारतातील वाताहत झालेले लोक गावामध्ये सामावून गेले असते आणि त्यांच्या स्वतंत्र वस्त्या उरल्या नसत्या. हे का घडले नाही ? याचे उत्तर असे की, 'अस्पृश्यता' ही कल्पना इतकी वरचढ ठरली की त्यामुळे संबंधित आणि असंबंधित टोळी आणि 'टोळी-बाह्य' म्हणजे 'स्पर्श' आणि 'अस्पृश्य' यातील फरक कायमस्वरूपी निर्माण झाला. आयर्लंड आणि वेल्ससारखा समन्वय भारतात होऊ न देणारी ही नवीन गोष्ट होती. याचा परिणाम असा झाला की आज प्रत्येक गावात स्वतंत्र वस्ती असणे हा भारतीय गावाचा अत्यावश्यक भाग बनला आहे.

भाग- ३ अस्पृश्यतेच्या उत्पत्तीचे प्राचीन सिद्धांत

७.

अस्पृश्यतेचे मूळ कारण: वंशातील फरक

अस्पृश्यतेचे मूळ काय आहे, तिची उत्पत्ती कशी झाली ? आधी म्हटल्याप्रमाणे, या विषयावर अजून तपशीलवार संशोधन झालेले नाही. याकडे अद्याप कोणत्याही सामाजशास्त्रज्ञाचे लक्ष वेधले गेले नाही. समाजशास्त्रज्ञांखेरीज भारत आणि तेथील लोकांबद्दल लिहिणाऱ्या लेखकांनी 'अस्पृश्यते'चे मूळ कमी-अधिक टीकेसहीत स्पष्ट करण्याचा प्रयत्न केला आहे. लेखक मिस्टर स्टॅनले राईस यांचे असे मत आहे की-

'अस्पृश्य' हे वाताहत झालेल्यांचे वंशज असण्याची शक्यता आहे. जात आणि व्यवसाय एकत्र आल्याने त्यांची गणना डोम, चामर इत्यादी जातींमध्ये होऊ लागली. आरंभिक काळात त्यांना 'गुलाम' बनवून याच जातीत ढकलले गेले. ते विजयी जातीपैकी नव्हते. वाताहत झालेले इथले मुलनिवासी होते, ज्यांना द्रविडांनी जिंकले होते. कारण ते वेगळ्या वंशाचे (race) होते. म्हणून त्यांना समान जातीच्या नियमात सामावून घेतले नाही. असे होण्यासाठी विवाह संबंध अनिवार्य होते, आणि एकत्र सहवासाने वंशाचा अंत झाला असता. परंतु असे पूर्णपणे घडू शकत नव्हते. प्रत्येक गोष्टीला अपवाद असतो. चार हजार वर्षात वेळोवेळी एका वंशाचे दुसऱ्या वंशासोबत अनिवार्य रक्तसंबंध आले, त्याने मुलनिवासी आणि प्राचीन द्रविडातला फरक कमी केले असतील. या लोकांना हिंदू-धर्मात एक प्रकारचा कमी दर्जा देऊन सहभागी करून घेतले असावे. ते त्याच वातावरणात इतके वर्षे राहिले. हिंदू धर्म एकाच वेळी सहनशील आणि असहनशील धर्म आहे. इथे अमिष नाही दाखवल्या जात. ज्या प्रकारे तुम्ही मुसलमान होऊ शकता, तसे हिंदू नाही होऊ शकत. धर्मामध्ये आड राहणाऱ्यांवर कडक निर्बंध लादले आहेत. परंतु ज्या आदिम रहिवाशांनी हा कायदा आणि सुव्यवस्था पाळण्यास सहमती दर्शवली, त्यांचे स्वागत करण्यास ते नेहमीच तयार होते, जरी त्यात त्यांना खूप कमी दर्जाचे स्थान दिले जाते, दूर ठेवल्या गेले, त्यांना मंदिरांमध्ये प्रवेश दिल्या गेला नाही. म्हणूनच

असे दिसते की वांशिकतेचे युक्तिवाद निर्णायक मानले जाऊ शकत नाहीत, जेव्हा आपण त्यांच्या मूळ वांशिक स्वरूपावर प्रभाव टाकलेल्या आणि त्यांचा दृष्टीकोन बदललेल्या गोष्टींचा विचार करतो. अशा प्रकारे द्रविडांनी मुलनिवासीसोबत असा व्यवहार केला, जो स्थानीकांनी वाताहत झालेल्या लोकांसोबत केला. त्यांना गुलाचा दर्जा दिला आणि त्याच्यांवर अशी कामे सोपवली जी त्याने स्वतः करणे आपल्या सन्मानाच्या विरूद्ध मानले. केवळ विवाह हाच मुद्दा विचारात घ्यायचा नाही, मुलनिवासी लोकांवर लादलेली बंधनेही मुख्यत्वे 'निषिद्ध' या स्यूडो-विशेषणांमुळे आहेत. एखाद्याच्या कुटुंबात समान चिन्हे असलेल्या लोकांना समाविष्ट करणे केवळ सामाजिक शिष्टाचाराच्या विरोधात नाही, तर एखाद्याच्या स्वतःच्या विशिष्ट देवतेचा कोप त्या कुटुंबावर देखील होऊ शकतो आणि जर त्यांना मंदिराच्या पवित्र सीमांमध्ये देवतेची पूजा करून दिली, तर आकाशातून बरसणाऱ्या प्रलयांची आग त्यांना जाळून टाकू शकते. होय, जरी ते उपासनेत भाग घेऊ शकत नाहीत; पण ते असे घृणास्पद कृत्य करू शकतात की पवित्र वास्तूंची विटंबना होण्याची भीती नाही. ख्रिश्चन धर्माच्या भाषेत सांगायचे झाले तर असे म्हणावे लागेल की एक पैरिया 'वेदीवर' चढू शकत नाही, 'पूजा' करू शकत नहता, तरीही तो एका अटीवर घंटा वाजवू शकत होता. तो त्यांची संगत करू शकत नव्हता, तो प्रत्यक्षात 'संगती'च्या बाहेर होता. या अवस्थेत तो विधीनुसार अपवित्र होता. त्याच्यावरील कलंक तो पाण्याने किंवा कोणत्याही पश्चातापाने घालवू शकत नव्हता, जो निषेधाच्या प्रक्रियेमुळे त्याच्यावर लागला होता. त्याला स्पर्श करणे आणि दुरूनच त्याच्याशी इतर कोणत्याही प्रकारचा संवाद साधणे म्हणजे जणू एक प्रकारे जादुने अपवित्र होणे होय. तुम्ही त्याला तुमच्या शेतात नांगरणी करायला लावू शकता कारण तुम्हाला त्याला आदेश देण्याव्यतिरिक्त काहीही करण्याची गरज नाही. त्याच्या डोक्यावर अपवित्रतेचा' पका ठपका मारल्या गेला आहे आणि तो त्याच्या रक्तात घेऊनच जन्माला आला आहे, अशा प्रकारे भारतीय समाजाने त्याला 'अपवित्र' आणि 'पतीत' मानले होते; त्याच्यासाठी राखीव ठेवलेल्या कामामुळे तो आणखीनच पतित झाला आणि इतरांना अपवित्र बनवणारा बनला."

श्री. राईसच्या या विचाराचे प्रत्यक्षात दोन भाग आहेत. त्यांच्या मतानुसार 'अस्पृश्यता' ही 'वंश' आणि 'व्यवसाय' या दोन गोष्टींमधून निर्माण झाली आहे. या दोन गोष्टींचा स्वतंत्रपणे विचार करावा लागेल हे स्पष्ट आहे. या प्रकरणात आपण अस्पृश्यतेचे मूळ कारण वंश याविषयी त्यांचे मत विचारात घेणार आहोत.

श्री. राइसच्या वंश सिद्धांताला दोन पैलू आहेत-

१) अस्पृश्य हे अनार्य आहेत, अद्रविड आहे, मूलनिवासी आहेत.

२) त्यांना द्रविडांनी पराभूत करून अधीन केले.

याचा विचार करायला बसलो की परकीय आक्रमकांचे भारतावरील आक्रमण, त्यांचा विजय आणि त्यातून निर्माण झालेल्या सामाजिक व सांस्कृतिक संस्थांचे सारे प्रश्न समोर येतात. श्री राईस यांच्या म्हणण्यानुसार भारतावर दोन हल्ले झाले आहेत. पहिला हल्ला द्रविडांचा आहे. त्यांनी आजच्या अस्पृश्यांचे पूर्वज असलेल्या अद्रविड मूळ लोकांवर विजय मिळवला आणि त्यांना 'अस्पृश्य' बनवले. दुसरा हल्ला म्हणजे भारतावर आर्यांचे आक्रमण. आर्यांनी द्रविडांवर विजय मिळवला. ते हे नाही सांगत की विजयी अर्यांने पराभूत द्रविडांशी कसा व्यवहार केला ? उत्तर देण्याची सक्ती केली तर ते म्हणतील की आर्यांनी त्यांना 'शूद्र' केले. ही एक बनावट कहानी हाती लागली आहे. द्रविडांनी हल्ले केले आणि मूळ रहिवाशांना 'अस्पृश्य' केले. ही कल्पना यांत्रिक आहे, निब्वळ कल्पना आहे, इतकी बालिश आहे की ती शूद्र आणि अस्पृश्यांच्या उत्पत्तीसंबंधी असंख्य जटिल प्रश्न तसेच रहातात आणि समाधान होत नाही.

प्राचीन इतिहासाचे संशोधक जेव्हा भूतकाळात डोकावतात तेव्हा त्यांना ही चार नावं सापडतात. आर्य, द्रविड, दास आणि नागा या नावांचा अर्थ काय ? हा प्रश्न कधीच विचारात घेतला गेला नाही. ही आर्य, द्रविड, दास आणि नाग ही वेगवेगळया वंशांची चार नावे आहेत की एकाच वंशाची चार नावे आहेत ? सामान्य समज असा आहे की हे चार वेगवेगळे वंश किंवा एकच आहे. श्री. राईस यांच्या कल्पनेप्रमाणेच विचारांवर आधारित आहे. ही कल्पना म्हणजे हिंदू समाजाची रचना, विशेषतः त्याचा वर्ग आधार स्पष्ट करण्याचा प्रयत्न आहे. हा प्रकार स्वीकारण्यापूर्वी त्याचा आधार तपासावा लागेल.

आपण जर 'आर्या' पासून सुरूवात केली, तर हे निर्विवाद आहे की ते एका जातीचे नव्हते. ते दोन भागात विभागले गेले हे निर्विवाद आहे. दोघांच्या दोन भिन्न संस्कृती होत्या हेही निर्विवाद आहे. या दोघांपैकी एकाला आपण ऋग्वेदिक आर्य आणि दुसऱ्याला अथर्ववेदी आर्य म्हणू शकतो. त्यांच्यातील सांस्कृतिक दरी स्पष्टपणे दिसते. ऋग्वेदिक आर्यांचा यज्ञांवर, तर अथर्ववेदिकांचा जादूवर विश्वास होता. त्यांची पौराणिक कथा वेगळी होती. ऋग्वेदिक आर्यांचा विनाश आणि मनूपासून सृष्टीची उत्पत्ती यावर विश्वास होता. अथर्ववेदिक आर्यांचा 'प्रलया'वर विश्वास नव्हता. त्यांचा असा विश्वास होता की त्यांचा वंश ब्रह्मा किंवा प्रजापतीपासून निर्माण झाला आहे.

त्यांच्या साहित्यिक विकासाचेही वेगवेगळे मार्ग होते. ऋग्वेदिक आर्यांनी ब्राह्मण सूत्रे आणि आरण्यकांची रचना केली. अथर्ववेदींनी उपनिषदांची रचना केली. हा साहित्यिक संघर्ष इतका मोठा होता की ऋग्वेदिक आर्यांनी फार काळ अथर्ववेद किंवा उपनिषदांना पवित्र साहित्य मानले नाही. जेव्हा त्यांनी उपनिषदांचा स्वीकार तर केला पण त्यांना त्यांनी 'वेदांत' म्हटले. आजकाल 'वेदांत' या शब्दाचा अर्थ 'वेद'चा सार असा होऊ लागला आहे. पण त्याचा प्राचीन अर्थ 'वेदाच्या शेवटी', 'वेदाच्या मर्यादेबाहेर' असा आहे, वेदाइतका पवित्र नाही. त्यांनी त्याचा अभ्यास हा प्रतिकूल अभ्यास मानला. आर्यांचे हे तीन विभाग दोन भिन्न वंशाचे होते किंवा की नाही हे आपल्याला माहीत नव्हते ? 'आर्य' हे कोणत्या वंशाचे नाव आहे हेही आपल्याला माहीत नाही. त्यामुळे आर्य हा एक वेगळा 'वंश' होता, असे मानणाऱ्या इतिहासकारांनी चूक केली आहे.

त्याहूनही मोठी चूक म्हणजे दासांना' 'नागा'पासून वेगळे करणे. 'दास' आणि 'नाग' एकच आहेत. दास हे नागांचे दुसरे नाममात्र नाव आहे. हे समजणे कठीण नाही की वैदिक वाङ्मयात 'नागा'चे नाव 'दास' का पडले ? दास' हा इंडो-इराणी शब्द 'दाहक' शब्दाचे संस्कृत रूप आहे. म्हणून आर्यांनी नागाच्या राजाच्या नावावरून सर्व नागांना सामान्यपणे दास' म्हणायला सुरूवात केली.

नाग कोण होते ? निःसंशयपणे ते अनार्य होते. वैदिक धर्मग्रंथांचे बारकाईने निरीक्षण केल्यास विरोध आणि द्वैत आणि दोन प्रकारच्या संस्कृती आणि दोन विचारधारा यांच्यातील गोंधळाची भावना स्पष्टपणे दिसून येते. ऋग्वेदात आपला परिचय आर्य देवता इंद्राचा शत्रू अहिपुत्र (सर्प देव) याच्याशी होतो. पुढे हा सर्पदेव नाग या नावाने अधिक प्रसिद्ध झाला, परंतु आरंभिक वैदिक वाङ्मयात आढळत नाही, आणि जेव्हा तो शतपथ ब्राह्मण (११, २, ७, १२) मध्ये प्रथमच आढळतो तेव्हा हे स्पष्ट होत नाही की नाग' म्हणजे मोठा 'साप' किंवा मोठा 'हत्ती' परंतु यामुळे हे अहि-वृत्राचे स्वरूप लपून रहात नाही, कारण ऋग्वेदात त्याचे स्वरूप नेहमी पाण्यात किंवा त्याच्या चौहीबाजूने तसेच आकाश आणि पृथ्वीच्या पाण्यावर समान रूपात अधिकार केलेला सर्प आहे.

अहि-वृत्राशी संबंधित वेदमंत्रांवरून हे स्पष्ट होते की आर्य त्यांची पूजा करीत नव्हते. ते त्याला राक्षसी स्वभावाचा एक शक्तिशाली देवता मानत होते, ज्याला पराभूत करणेच योग्य समजत होते.

ऋग्वेदातील नागांच्या उल्लेखावरून हे स्पष्ट होते की नाग ही एक अतिशय प्राचीन जात होती. हे देखील लक्षात ठेवण्यासारखे आहे की नाग हे आदिवासी किंवा असंस्कृत नव्हते.

कदंब राजा कृष्ण वर्माच्या देवगिरी शिलालेखानुसार कदंब कुळाची सुरूवात नागांशी संबंधित होती. नवव्या शतकातील राजकोट दान-पत्रात अश्वत्थामाचा सापाच्या मुलीशी विवाह झाल्याचा उल्लेख आहे. त्याचा मुलगा स्कंद शिष्य याने पल्लव वंशाची स्थापना केली. नवव्या शतकातील दुसऱ्या पल्लव शिलालेखानुसार, वीरकुर्च हा पल्लव वंशाचा राजा होता. त्याच शिलालेखात असे लिहिले आहे की त्याने एका नाग कन्येशी विवाह केला होता आणि तिच्याकडून त्याला राज-चिन्ह मिळाले होते. वाकाटक राजा प्रवरसेनचा मुलगा गौतमीपुत्रचा शिव-राजा भावनाग च्या कन्येशी विवाह करणे ही एक ऐतिहासिक घटना आहे. त्याचप्रमाणे द्वितीय चंद्रगुप्ताचा विवाह नागकुलच्या कुबेनाग नावाच्या कुमारीशी झाला. एक तमिळ कवी म्हणतो की कोक्किली नावाच्या प्राचीन चोल राजाने नागकुमारीशी लग्न केले होते. राजेंद्र चोलला त्याच्या तेजस्वीपणामुळे एका नाग कन्येशी लग्न करण्याचे श्रेय देखील जाते. 'नवसहंका-चरित' मध्ये परमार राजा सिंधुराजने (ज्याने दहाव्या शतकाच्या पूर्वार्धात राज्य केले असावे) शशिप्रभा नावाच्या नाग कन्येशी विवाह केल्याचे वर्णन इतके तपशीलवार आणि इतक्या अचूकतेने केले आहे की या विधानावर आपला विश्वास बसतो की या कथनाचा काही ना काही काही ऐतिहासिक आधार असला पाहिजे. हर्षाचा १०३०-९७३ (इ.स.) शिलालेखावरून आपल्याला या गोष्टीची माहिती मिळते की गुवाक पहिला हा नाग आणि कुमारांच्या मेळाव्यात त्याच्या शौर्यासाठी प्रसिद्ध होता. हा राजा विग्रराजा छहमानपेक्षा श्रेष्ठ आहे ज्याने नवव्या शतकाच्या मध्यात राज्य केले असावे. ओरिसातील भूमना राजघराण्यातील शांतीकराचा काळ इसवी सन ९२१ च्या सुमारास समजावा.

नाग सांस्कृतिक विकासाच्या उच्च टप्प्यावर होते, त्यांनी देशाच्या मोठ्या भूभागावर राज्य केल्याचेही इतिहासावरून कळते. संपूर्ण महाराष्ट्र हे नागांचे माहेरघर आहे. इथले लोक आणि इथला राजा नाग होता.

अनेक पुरावे असे दर्शवतात की खिस्ताच्या सुरूवातीच्या शतकात आंध्र देश आणि त्याचा परिसर नागांच्या ताब्यात होता. सातवाहन आणि त्यांच्या ऋतुकुल सातकर्णी उत्तराधिकारी हे नाग रक्ताचे होते. डॉ. एच. सी. रॉय चौधरी यांनी सांगितल्याप्रमाणे, सातवाहन वंशाचे पौराणिक प्रतिनिधी, सलीहरण, हे पुनिया शतपुकलीला ब्राह्मण आणि नागाच्या मिलनातून जन्माला आले आहे. त्यांच्या वंशावळीत सापडलेल्या 'नागाच्या' उदाहरणांवरून हे सिद्ध होते. सातवाहन राज्याच्या शेवटच्या काळात नाग खूप शक्तिशाली झाले होते हेही अनेक घटनांवरून सिद्ध होते. सातवाहन घराण्यातील

शेवटचा राजा पुलुमावी याच्या काळात स्कंद नावाच्या राजाने राज्य केले. दुसरे म्हणजे, छुतू राजाची कन्या नाग मुलानिकाबद्दल असा उल्लेख आहे की तिने शिवकांड नाग-श्री नावाच्या मुलासह नाग भेट दिला होता, या वंशातील सर्व ज्ञात राजांची नावे सारखीच आहेत. यावरून नागांशी जवळचा संबंध असल्याचे सिद्ध होते. तिसरे म्हणजे, सोरिंगोईची राजधानी असलेल्या उरगपूरच्या नावावरून असे दिसून येते की ते कोणत्याही नागा राजाचे वेगळे राज्य नव्हते तर त्या दीर्घकाळ प्रस्थापित प्रदेशातील नागांची वसाहत होती.

कराचीजवळ 'मजेरिक' नावाचा नागा प्रदेश होता हे आपल्याला सिंहली आणि सयामी बौद्ध ग्रंथांवरूनही माहीत होते.

चौथ्या शतकाच्या तिसऱ्या आणि पूर्वार्धात उत्तर भारतावर अनेक नाग राजांचे राज्य होते. हे पुराण, प्राचीन नाणी आणि प्राचीन लिखाणातून सिद्ध होते. चंपावती, पद्मावती आणि मथुरा या विदिशा (सध्याचा भिलसा) या तीन स्वतंत्र राज्यांचा स्पष्ट उल्लेख अशा प्रकारे केला आहे की त्यांच्या महत्त्वाबद्दल शंका नाही. भारशिव वंशातील एकमेव ज्ञात राजाचे नाव, भावनाग, हे देखील नागांशी संबंधित असल्याचे दिसते. हे शक्य नाही की आपण द्वितीय-समूहाच्या नाण्याच्या विवादात पडावे किंवा पौराणिक राजांसह अलाहाबाद स्तंभातील अच्युत गणपती नाग आणि नागसेन यांना भेटावे.

प्राचीन भारतीय इतिहासात नमूद केलेल्या सर्व नागापैकी चौथ्या शतकातील नाग परिवार सर्वात महत्त्वाचे आणि ऐतिहासिकदृष्ट्या आधार आहेत.

लाहोरच्या तांब्र नाण्यातील नाग-भट आणि त्यांचा मुलगा महाराज मौहेश्वर नाग हे वरील तीनपैकी कोणत्यातरी एका घराण्यातील होते किंवा वेगळया नाग-कुटुंबाचे होते असे नाही. पण सगळयात जास्त डॉ. सी. सी. उत्तर भारतातील चौथ्या शतकातील कुशाण राज्ये नव-नागांनी जिंकल्यावर नामशेष झाली या राय यांच्या निष्कर्षाला हे समर्थन देते. हे नाग उत्तरायणात वेगवेगळ्या प्रदेशात राज्य करत असावेत. मागे त्यांचाही समुद्रगुप्ताच्या सैन्याने पराभव केला.

ते काहीही असो, स्कंदगुप्ताच्या काळापर्यंत आपल्याला अंतरवेदीचा राज्यपाल म्हणून सर्वनाग सापडतो. सौराष्ट्राच्या आसपास नागांचे बंड, विशेषतः भरुक्च्छामध्ये, सहाव्या शतकात वाईटरित्या दडपले गेले. ५७० मध्ये दत्त प्रथम गुर्जर यांनी नागांचे समूळ उच्चाटन केले. ते त्रिहुल्लक किंवा भरुचच्या अधिपत्याखालील जंगलातील लोक मानले जातात. इसवी सन ६४५ च्या ध्रुवसेना द्वितीयच्या दान पत्रात प्रभात श्रीनाग यांचा दूत म्हणून उल्लेख आहे.

नवव्या शतकात, विशेषतः मध्य भारतात, नागांना दुसऱ्यांदा महत्त्व प्राप्त झाले. १८०० मध्ये, कौशल-आधारित श्रीपूरचे महाराज आपतदेव यांनी एका नाग वंशाचा पराभव केला. काही काळानंतर, बंगालच्या शिलालेखांमध्येही आपल्याला नागांचे दोन उल्लेख आढळतात. राजगंजचे महामंडलिक ईश्वर घोष यांचे लेखा अधिकारी घोषनाग आपल्याला कुटुंबाची ओळख करून देतात. ते अकराव्या शतकातील असल्याचे मानले जाते. बाराव्या शतकातील हरिवमदेवचा मंत्री भट्ट भवदेव यांच्या भुवनेश्वर-प्रशस्तीमध्येही त्यांनी नागांचा नाश केल्याचे सांगितले आहे. रामचरित्र मानसमध्ये भवभूषण-संततीच्या उत्कल राज्याचा रामपालने केलेल्या विजयाचाही उल्लेख आहे. पण इथे तो नाग होते की चंद्र हे स्पष्ट होत नाही, तेच नाग असावे, कारण तेच जास्त प्रसिद्ध होते.

दहाव्या ते बाराव्या शतकापर्यंत सेंट्रक, सिंध किंवा छिंदक घराण्याच्या वेगवेगळ्या शाखा हळूहळू मध्य भारतातील विविध प्रदेशांमध्ये, विशेषतः बस्तरमध्ये पसरल्या. दहाव्या शतकातील शिलालेखांमध्ये बेगरच्या नगरराक्षांचेही वर्णन आहे. पश्चिम गंगेचा राजा अरियप्पा याच्या वतीने त्यांनी वीर महेंद्राविरुद्ध युद्ध केले आणि युद्धात विजय मिळवला. 'भावसाहसांक-चरित्र' ही साक्ष बरोबर मान्य केली तर सिंधुराज परमार राणीचा पिता नाग राजा याच सुमारास नर्मदेच्या तीरावर रत्नावती येथे राज्य करत होता.

कोण आहे द्रविड ? ते नागांपेक्षा वेगळे आहेत का ? की एकाच वंशाच्या जातीच्या लोकांची ही दोन वेगवेगळी नावे आहेत ? द्रविड आणि नाग हे दोन भिन्न वंश होते, असा प्रचलित समज किंवा कल्पना आहे. ही कल्पना लोकांना विचित्र वाटेल, परंतु तरीही हे खरे आहे की द्रविड आणि नाग ही दोन भिन्न नावे आहेत, वंश एकच आहे.

फार कमी लोक स्वीकारतील की द्रविड आणि नाग एकाच वंशाचे दोन वेगवेगळी नावं आहेत, आणि त्यापैक्षा कमी लोक हे मान्य करतील की नागाच्या रूपातच द्रविडांने केवळ दक्षिण-भारतावर परंतु उत्तर आणि दक्षिण संपूर्ण भारतावर अधिकार गाजवला. पण हे ऐतिहासिक सत्य आहे. यावर विद्वानांचे मत काय आहे ? प्रसिद्ध पंडित श्री दीक्षितय्यर यांनी त्यांच्या 'रामायणातील दक्षिण भारत' या लेखात लिहिले आहे-

'नागांचा-दुसरा गट, जो फार प्रसिद्ध नाही, आणि ज्यांचे वांशिक चिन्ह नाग आहे, ते वायव्येकडील तक्षशिलापासून उत्तर-पूर्वेला आसामपर्यंत आणि सिंहला आणि दक्षिण भारतातही संपूर्ण भारतात पसरले होते. कधीकाळी ते सामर्थ्यशाली असले पाहिजेत. एक तर (यक्षाचे) समकालीन किंवा राजकीय सत्तेच्या बाबतीत त्यांच्या

पतनानंतर दक्षिण-भारतात नागांचे वर्चस्व होते. केवळ सिंहलीच नाही तर प्राचीन मलाबारच्या प्रदेशावर देखील प्राचीन नागांचा अधिकार होता. ईसानंतर आरंभिक शताब्दियांच्या तमिळ ग्रंथात बहुदा नागनंदुचा उल्लेख सापडतो. आता देखील मलाबारात नाग-पूजाचे अवशेष अस्तित्त्व टिकवून आहेत. दक्षिण त्रावणकोरचा नागर-कोविल आज देखील नाग-पूजेला समर्पित आहे. त्यांच्याबद्दल इतकेच सांगता येईल की नाग समुद्री लोक होते. त्यांच्या स्त्रियां त्यांच्या सौंदर्यासाठी प्रसिद्ध होत्या, असे दिसते की नाग चेरांसोबत मिसळून गेले होते, ज्यांनी इ.स.च्या पहिल्या शतकात शक्ती आणि प्रसिद्धी मिळवली होती.

मिस्टर ओल्डहॅम यांनी या विषयाचा सखोल अभ्यास केला आहे. त्यांचे मत या विषयावर अधिक प्रकाश टाकते.

'प्राचीन काळापासून द्रविड लोक चेरू, चोल आणि पांडया या तीन भागात विभागले गेले आहेत. चेर किंवा सैर (प्राचीन तमिळमध्ये सरे) हे 'नाग' चे समानार्थी शब्द आहे. चैरमंडल, नागदीप आणि नागप्रदेश. यावरून स्पष्टपणे दिसून येते की द्रविड लोकांची दक्षिणेची उत्पत्ती 'असुरां'पासून झाली आहे, याशिवाय गंगा खोऱ्यात काही लोक आहेत जे सगळीकडे पसरले आहेत. जे स्वतःला चेरू किंवा सिओरी म्हणतात आणि ते नाग देवताचे वंशज आहेत. चेरू फारच प्राचीन वंशाचे आहेत. असे मानले जाते की गंगा घाटीच्या मोठ्या भूप्रदेशावर त्यांचा अधिकार आहे. प्राचीन काळात त्यावर नागांचा अधिकार होता. मुस्लीम आक्रमणामुळे अशांत दिवसांत चेरू अधिकार वंचित झाले होते. आता ते अगदीच निर्धन आहेत आणि त्यांच्याकडे जमिन नाही. यात अजिबात शंका नाही की हे लोक आपल्या द्रविड बंधुचे संबंधी आहेत.

चेरूमध्ये अनेक खास प्रथा आहेत. त्यांच्यापैकी एक असा आहे जो त्यांना नेपाळच्या लिच्छवी आणि नेवारांशी जोडतो. म्हणजे पाच-सहा घरांतून 'राजा' निवडून, तिलक आदिने राज्याभिषेक करणे. लिच्छवी आणि नेवारी या दोघांच्याही अनेक प्रथा आणि परंपरा आहेत ज्या दक्षिणेतील द्रविड लोकांसारख्याच आहेत. प्रत्येकजण नागाची पूजा करतात. कारकोटक नागाचे नेपाळमध्ये वास्तव्य आहे. तर नील नागाचे काश्मीरमध्ये.

लिच्छवींची राजधानी वैशालीची देखील एक नागाची संरक्षक देवता होती. लिच्छवी आणि नेवार यांचे वैवाहिक संबंध तमिळ लोकांसारखेच आहेत आणि ते समान उत्पत्तीचे आहेत ही गोष्ट प्रभावी ठरते.

नेवारांमध्ये, मालमत्तेचा अधिकार मातृत्वाच्या बाजूने आहे, जसे की एकेकाळी पंजाबच्या अरट्ट, बहिक आणि तखसांमध्ये होता. त्यात त्यांचा स्वतःचा मुलगा नाही

तर त्यांच्या बहिणीचा मुलगा वारसदार असे. ही अजूनही एक द्रविड प्रथा आहे. थोडक्यात, त्याच काळातील द्रविडी लेखक श्री बालकृष्ण नय्यर म्हणतात की त्यांना त्यांचे लोक जवळजवळ प्रत्येक महत्त्वाच्या बाबतीत नेवारींचे नातेवाईक वाटतात.

याशिवाय, इतर दुवे देखील आहेत जे दक्षिणेकडील नागांना उत्तरेकडील लोकांशी जोडतात. कर्नल ताड याने चंबळ नदीजवळ कंसवाह येथे सापडलेल्या शिलालेखानुसार, 'शैलेंद्र' नावाचा राजा ताख्यावर राज्य करत होता, जो सराई जमातीचा होता. हा गट शक्तिशाली लोकांमध्ये प्रसिद्ध होता. हे तख्य किंवा तख हे पंजाबचा तोच राजा होता, जिथे ह्युएन त्सांग आला होता आणि ज्याचा उल्लेख आधी केला आहे. यावरून असे दिसते की तर च्या नागलोकांना 'सरय' असेही म्हणतात.

मग बाह्य-हिमालयात, सतलज आणि बियासच्या खोऱ्यांमधील, सरज किंवा स्योरेज नागाचा एक प्रदेश आहे. यामध्ये नागदेवतांची विशेष पूजा केली जाते.

वरच्या चिनाब खोऱ्यात आणखी एक 'स्योरेज' आहे. तिथे देखील नागपूजक रहातात.

'सरज' किंवा 'स्योरेज' हे कर्नल ताड यांच्या शिलालेखातील 'सरय' असल्याचे दिसते. गंगा खोऱ्यातील 'चेरू' लोकांचे दुसरे नाव 'स्योर' असेच आहे. चेर किंवा नाग लोकांचे जुने तामिळ नाव 'सरे' देखील तेच वाटते. त्यामुळे 'सरय' किंवा 'ताख्य' हे सतलज खोऱ्याचे 'सरज', गंगेचे 'स्योरेज' किंवा चेरू आणि दक्षिणेकडील चेर, सेर व केरळ या सर्व नागपूजकांच्या वेगवेगळया शाखा आहेत.

याकडे आणखी लक्ष दिल्या जाऊ शकते की हिमालयीन प्रदेशातील काही भाषेत 'किर' किंवा 'किरी' चा अर्थ नाग आहे. याच शब्दापासून 'किरात' हा शब्द तयार झाला असावा. 'राजतरंगिणी' हा शब्द हिमालयातील लोकांसाठी खूप वापरला जातो. हा शब्द काश्मीर किंवा आसपासच्या लोकांसाठी आला आहे. बराहमिहीरनेही 'किरो'चा उल्लेख केला आहे. प्रो. कील हॉर्नने प्रकाशित केलेल्या ताम्रपटातही याचा उल्लेख आहे.

कांगडा खोऱ्यात बैजनाथ मंदिर आहे. तेथील एका शिलालेखात त्या जागेचे नाव 'किरग्राम' असे आहे. स्थानिक बोलीभाषेत याचा अर्थ नागांचे गाव असा होतो. नाग हे सध्या बैजनाथ आणि आजूबाजूच्या संपूर्ण प्रदेशाचे लोकप्रिय दैवत आहे आणि त्यामुळे कीडा (वर्म) हा शब्द नागांचा समानार्थी शब्द आहे, त्यामुळे हिमालयातील नागपूजक कीडा दक्षिणचे प्रविडि केर, चेर किंवा केरळचे संबंधी होते, यात शंका नाही.

नावांची समानता नेहमीच विश्वासार्ह नसते, परंतु आपल्याकडे काहीतरी वेगळे आहे. एकच नाव असलेले हे लोक सर्व सूर्यवंशी आहेत. सर्व मणियार नागांवर विश्वास ठेवतात आणि सर्व नाग देवतांना त्यांचे पूर्वज समजून त्यांची पूजा करतात.

वरील कथनावरून हे जवळजवळ निश्चित आहे की दक्षिणेतील द्रविड हे उत्तरेकडील नाग आणि असुर यांच्याच परंपरेचे आहेत.

यावरून नाग आणि द्रविड एकाच जातीचे असल्याचे स्पष्ट होते. इतके पुरावे असूनही लोकांना ही कल्पना मान्य नसण्याची शक्यता आहे. ही कल्पना स्वीकारण्यात सर्वात मोठी अडचण म्हणजे दक्षिणेतील लोकांचे द्रविड नाव. त्यांना प्रश्न पडणे साहजिक असेल की जर दक्षिणेतील लोक 'नाग' असतील तर त्यांनाच 'द्रविड' का म्हणतात ? समीक्षक नक्कीच विचारतील की जर 'द्रविड' आणि 'नाग' एकच लोक आहेत, तर दक्षिणेतील लोकांसाठी 'नाग' हा शब्द का वापरला गेला नाही ? हे एक रहस्य आहे यात शंका नाही. पण हे असे रसस्य नाही की ज्याची उकल होऊ शकत नाही. काही गोष्टी लक्षात ठेवल्या तर हे सोडवता येईल.

लक्षात घेण्यासारखी पहिली गोष्ट म्हणजे भाषिक परिस्थिती. आज दक्षिणेची भाषा उत्तरेकडील भाषेपेक्षा वेगळी आहे. हे नेहमीच असे होते का ? या प्रश्नावर मिस्टर ओल्डहॅमचे विचार लक्ष देण्यासारखे आहे.

हे स्पष्ट आहे की प्राचीन संस्कृत व्याकरणकारांनी द्रविड प्रदेशातील भाषा ही उत्तरेकडील बोलींशी संबंधित असल्याचे मानले आणि त्यांच्या मते तिचा त्या लोकांच्या भाषेशी विशेष संबंध होता, जे आपण पाहिल्याप्रमाणे असुरांचा वंशज असल्याचे दिसून येते. त्याचप्रमाणे सहस्त्रचंद्रिकेत लक्ष्मीधर म्हणतात की पांड्य, केकय, बाहुलिक, सह्य आणि नेपाळ या पैशाच्या देशात पैशाची भाषा बोलली जाते. कुंतल, सुदेश, भोट, गंधार, हैव आणि कनोजन हे पैशाचे देश आहेत. पैशाची सर्व बोलींमध्ये संस्कृतचे प्रमाण कमी आहे.

'हे स्पष्ट आहे की असुर सुरूवातीला आर्यांपेक्षा वेगळी भाषा बोलत होते. प्रा. मुईर यांनी ऋग्वेदातील अनेक परिच्छेद उद्धृत केले आहेत, ज्यामध्ये असुरांच्या भाषेसाठी 'मृहवध' हा शब्द वापरला गेला आहे. 'गृहवधज्याचा माझा अर्थ' नुकसानप्राप्त बोली आहे. सायणनुसार त्या लोकांची बोली आहे, ज्यांची भाषा नष्ट झाली आहे. यात काही शंका नाही की असुरांची भाषा आर्यांना कमी किंवा अधिक प्रमाणात समजत नव्हती. ऋग्वेदाच्या दुसऱ्या परिच्छेदाला हेच लागू होते, ज्यात इंद्राला प्रसन्न करून अपशब्द बोलणाऱ्यांना जिंकून घ्या.

सत्पथ ब्राह्मणात असे लिहिले आहे की 'राक्षसांना भाषा नसल्याने त्यांचे काही खरे नव्हते. ते हेलव हेलव म्हणत ओरडायचे. त्यांची भाषा अशीच अबोधगम्य होती. आणि जो अशाप्रकारे बोलतो तो म्लेच्छ आहे. म्हणून कोणत्याही ब्राह्मणाने असंस्कृत भाषा बोलू नये, कारण ती राक्षसांची भाषा आहे.

मनूने लिहिले आहे की ब्रह्मदेवाच्या तोंड, बाहू, मांड्या आणि पाय यातून जन्मलेल्या वर्गाच्या बाहेर जे लोक आहेत, मग ते म्लेच्छ भाषा बोलणारे असोत, आर्य असोत किंवा ते दस्यू आहेत. यावरून हे स्पष्ट होते की मनूच्या काळात आर्य भाषेबरोबरच म्लेच्छ किंवा असुरांची भाषाही बोलली जात होती. तरीही, महाभारतात नमूद केलेल्या वेळेपर्यंत, आर्य-भाषिक वंशांमध्ये असुर भाषा जवळजवळ नष्ट झाली असेल. विदुरने युधिष्ठिरांना संबोधित करताना म्लेच्छ भाषा वापरली, जी युधिष्ठिरांशिवाय कोणालाही समजू शकली नाही.

नंतरच्या काळात, राम तारक वागीश व्याकरणकाराने 'नाग भाषा' बोलणाऱ्या लोकांचा उल्लेख केला आहे. यावरून असा अंदाज लावला जातो की अपरिवर्तित असुरांनी त्यांच्या धर्माचे आणि त्यांच्या पारंपारिक रीतिरिवाजांचे संरक्षण त्यांच्या बदललेल्या भावांनंतर केले. केवळ या अपरिवर्तित जातींमध्ये पैसाची बोली वापरली जात होती आणि आपण आत्ताच पाहिल्याप्रमाणे द्रविड-पांड्य या जातींमध्ये होते.

'तामिळ आणि इतर संबंधित बोलीभाषांचा आधार प्राचीन असूर भाषा आहे. सिंध सीमेवर राहणाऱ्या 'ब्राई' नावाच्या जातीची भाषा त्यांच्या भाषेच्या अगदी जवळ असल्याचे सिद्ध झाले आहे, यावरूनही याला समर्थन मिळते. डॉ. काल्डवेल म्हणतात की 'ब्रुहाई' नावाच्या ? एका जातीच्या भाषेमुळे, आम्ही द्रविड वंशाच्या खुणा सिंधमध्ये मध्य आशियाच्या दक्षिणेपर्यंत शोधू शकतो.' हा प्रदेश राक्षसांचे किंवा नागांचे निवासस्थान होते. द्रविड राज्यांचे संस्थापक मोठ्या प्रमाणात या वंशाचे असावेत.

'संकलित केलेल्या सर्व पुराव्यांचा विचार करता, एकच निष्कर्ष निघतो की दक्षिणेतील द्रविड आणि उत्तरेकडील असुर किंवा नाग हे एकाच परंपरेचे लोक आहेत.'

दुसरी गोष्ट लक्षात घेण्यासारखी आहे की 'द्रविड' हा मूळ शब्द नाही. हे 'तमिळ' शब्दाचे संस्कृत रूप आहे. मूळ 'तमिळ' हा शब्द संस्कृतमध्ये आल्यावर तो 'दमिल' झाला आणि 'दमिल'च 'द्रविड' झाला. 'द्रविड' हा शब्द लोकांच्या भाषेचे नाव आहे. त्यातून कुठलाही 'वंश' बोध होत नाही.

तिसरी गोष्ट लक्षात ठेवण्यासारखी आहे की 'तमिळ' किंवा 'द्रविड' ही केवळ दक्षिण भारताची भाषा नव्हती, तर आर्यांच्या आगमनापूर्वी ती संपूर्ण भारताची भाषा होती आणि ती काश्मीरपासून रामेश्वरमपर्यंत बोलली जात होती. आर्य आणि नाग यांच्यातील संबंध आणि त्याचा नाग आणि त्यांच्या भाषेवर झालेला परिणाम हे लक्षात घेण्याजोगे आहे. हे विचित्र वाटेल, परंतु उत्तरेकडील नागांवर या नात्याचा प्रभाव दक्षिण भारतातील नागांच्या तुलनेत पूर्णपणे वेगळा पडला. उत्तरेकडील नागांनी आपली मातृभाषा 'तमिळ' सोडून संस्कृत स्वीकारली. दक्षिणेतील नाग त्यांच्या मातृभाषा तमिळला चिकटून राहिले आणि आर्यांच्या संस्कृत भाषेला नाही स्वीकारले.

संस्कृत भाषा स्वीकारली नाही. हा भेद तमिळ भाषेवर केंद्रित राहिला तर 'द्रविड' हे नाव फक्त दक्षिण भारतातील लोकांना का लागू केले गेले हे समजण्यास मदत होईल ? उत्तर भारतातील नागांना द्रविड या नावाने संबोधण्याची गरज नव्हती, कारण ते द्रविड भाषा बोलणे विसरले होते. पण दक्षिणेतील नागांचा संबंध आहे, तर त्यांना 'द्राविड' म्हणण्याचे औचित्य दोन कारणांमुळे राहिले. प्रथम, ते द्रविड भाषेला चिकटून राहिले, दुसरे म्हणजे, उत्तरेकडील नागांनी ती सोडल्यानंतर, द्रविड भाषा बोलणारे तेच लोक उरले. दक्षिणेतील लोकांना 'द्रविड' का म्हणायचे याचे खरे कारण येथे आहे.

दक्षिणेतील लोकांसाठी 'द्रविड' या शब्दाचा विशेष वापर केल्याने 'नाग' आणि 'द्रविड' हे एकच लोक आहेत हे दृष्टीआड नाही गेले पाहिजे. ती एकाच समाजाचे दोन भिन्न नावे आहेत. नाग हे त्यांचे जातीय-सांस्कृतिक नाव आहे आणि 'द्रविड' हे त्यांचे भाषिक नाव आहे.

अशा प्रकारे, 'दास' म्हणजे जे नाग आहेत आणि नाग हे 'द्रविड' आहेत. दुसऱ्या शब्दात, भारतातील वंशाबद्दल आपण एवढेच म्हणू शकतो की, आर्य आणि नाग या दोनच जाती होत्या. स्पष्ट आहे की मि. राइस यांचा विचार निराधार सिद्ध होतो. हा विचार भारतात तीन वंश असल्याचे सांगतो, परंतु प्रत्यक्षात दोनच वंश होऊन गेले आहेत.

द्रविडांच्या आगमनापूर्वी तिसरी आदिवासी जात भारतात राहात होती हे जरी मान्य केले, तरी हे द्रविडपूर्व आदिवासी आजच्या काळातील 'अस्पृश्यांचे' पूर्वज होते असे म्हणता येईल का ? सत्य शोधण्यासाठी आपल्याकडे दोन आधार आहेत -एक 'मानव शरीरशास्त्रश-संबंधी (Anthropological) आणि दुसरा वंशशास्त्रीय' ! (Ethnological)

मानवी शरीरशास्त्राच्या दृष्टिकोनातून भारतीय लोकांचा विचार केल्यास प्रा. घुरे यांनी त्यांच्या 'कास्ट अँड रेस इन इंडिया' या पुस्तकात लक्ष वेधून घेणाऱ्या गोष्टी सांगितल्या आहेत. जसे-'संयुक्त प्रांतातील ब्राह्मण हा प्राचीन आर्यांचा नमुना प्रतिनिधी मानून, आपण त्याची त्याच्याशी तुलना करू लागतो. नाशिकच्या निकषांकडे लक्ष दिले, तर असे दिसते की संयुक्त प्रांतातील क्षत्रिय वगळता ते पंजाबचे चूहडे आणि खत्रीच्या तुलनेत कमी वाटतात. चूहडे आणि खत्रीचा नाशिक मापदंडाचा भेद संयुक्त प्रांताचे ब्राह्मण शारीरिक दृष्टीने आपल्या प्रांताचे क्षत्रियातील वरीष्ठ जाती वगळता उर्वरीत सर्व जातीच्या तुलनेत पंजाबचे चूहडे आणि खत्री अधिक जवळचे आहेत. संयुक्त प्रांताचे ब्राह्मण आणि पंजाबचे चूहडे यांच्यातले साम्य आणि अधिकच स्पष्ट होते, जर आपण संयुक्त प्रांताचे ब्राह्मण तसेच इतर प्रदेशाच्या ब्राह्मणाचा विचार नासिक मापदंडावरून केला. संयुक्त प्रांताचे ब्राह्मण आणि बिहारचे ब्राह्मणाचा मापदंड आर्य-संस्कृतीच्या प्रचाराच्या हिशोबाने विचार करता, अतिशय समान असायला हवा. परंतु त्यांच्यात तितकाच फरक आहे, जितका की संयुक्त प्रांताचे ब्राह्मण आणि पंजाबचे चूहडे. ऐतिहासिक आधारावर आपण समजतो-बिहारला संयुक्त प्रांताच्या आसपास असायला हवे होते. परंतु अनुक्रमणिका पाहिल्यास असे दिसून येते की कुर्मी ब्राह्मणांच्या जवळ आहेत आणि चामर आणि डोम फार दूर आहेत. परंतु येथे चांभार हा ब्राह्मणांपासून तितका दूर नाही जितका संयुक्त प्रांताचा चांभार हा संयुक्त प्रांतातील ब्राह्मणांपासून दूर आहे. बंगालचा निर्देशांक पाहिल्यास हे स्पष्ट होते की, सामाजिक उतरंडीत खालच्या सहाव्या स्तरावर असलेला चांडाल, ज्याच्या केवळ स्पर्शाने अपवित्र होतो, ब्राह्मण आणि त्यांच्यात फारसा फरक नाही. दुसऱ्या स्तरावर असलेल्या कायस्थ यांच्यापेक्षा नाममात्र फरक आहे. मुंबईत देशस्थ ब्राह्मण हे चित्पावन ब्राह्मणाच्या जितके जवळचे आहेत तितकेच ते सोन-कोळी या मच्छीमार जातीचे आहेत. मराठा प्रदेशातील अस्पृश्य जाती महार, कुणबी नावाच्या शेतकरी जातीसह दुसऱ्या क्रमांकावर आहेत. त्यानंतर शेणवी ब्राह्मण आणि उच्चवर्णीय मराठा येतात. हे निकाल काहीसे जुने आहेत. सर्वसाधारणपणे, याचा अर्थ असा होतो की सामाजिक वर्ग आणि शारीरिक फरक यांच्यात कोणताही ताळमेळ नाही.

शेवटी मद्रासचा विचार करू. येथे आपण वेगवेगळ्या भाषिक प्रदेशांचा स्वतंत्रपणे विचार केला पाहिजे, कारण वेगवेगळ्या प्रदेशांमध्ये सामाजिक विषमतेची पातळी भिन्न असते. श्री. रिस्ले आणि ई. थर्स्टन यांनी काढलेल्या जातींच्या क्रमाची सरासरी खालीलप्रमाणे आहे-

कपू, सले, माला गोल्ला, मादिग, फगोता आणि कोमति.

त्यांच्या सामाजिक स्थितीनुसार त्यांचा क्रम खालीलप्रमाणे असेल.

ब्राह्मण, कोमति, गोल्ला, कपू आणि इतर सले, फगोता आणि इतर.

माला आणि मादिगांचा दर्जा सर्वांत खालचा आहे, कारण ते तेलुगू प्रदेशातील आहेत. कन्नड राज्यातील अनुनासिक मापदंडानुसार हा क्रम आहे.

कन्नड स्मार्त, ब्राह्मण, बंटू, बिल्लिवा, मंदय, ब्राह्मण, बोक्कलिंग, गनिगली, बंजीम, पांचाल, कुरहा, होलिया, देशस्थ, ब्राह्मण, सोरेप्या आणि बिदर.

सामाजिक उतरंडीनुसार जातींचा क्रम खालीलप्रमाणे आहे-ब्राह्मण, बंटू, बोक्कलिंगा, तोरेप्यू इ., कुरुबा आणि गानिका, बादिगा आणि कुंभ, सेलगा, बिल्लिवा, बेद, होलेय.

आपण पाहतो तेव्हा या तुलनेचे महत्त्व आणखी वाढते. कन्नड अस्पृश्यांचे अनुनासिक मापदंडानुसार ७५.१ आहे आणि सर्वोच्च ब्राह्मणांचे ७१.५ आहे, आणि हिंदू झाल्यानंतर जे स्थान त्यांना मिळाले, त्यावर आधारीत आहे की अनुनासिक मापदंड ८६.१ तसेच ८५.१ आहे.

त्यांच्या अनुनासिक परिमाणांनुसार तमिळ जातींचा क्रम पुढीलप्रमाणे आहेः- अंबत्तन, वेल्लई, इदियान, अगामुदैयान, तमिळ ब्राह्मण, पल्ली, मल्याळी, शानान आणि पारायण नमुन्यातील चार मल्याळम जातींचा अनुनासिक क्रम खालीलप्रमाणे आहे-तियन ७५, नंबूदरी ७५.५, नय्यर ७६.७, चरूमन ७७.२१ त्यांची सामाजिक स्थिती खालीलप्रमाणे आहे.

नंबूदरी, नय्यर, थियान, चरूमन, त्रावणकोर या जंगली जाती कनिकरांचे नासिका मापदंड- ८४.६ आहे. अशाप्रकारे चरूमन (एक अस्पृश्य) हा कनिकरांपेक्षा ब्राह्मण जातीचा आहे.

वरील उदाहरणांत इतर जातींबद्दल जे सांगितले आहे ते बाजूला ठेवून केवळ अस्पृश्यांबद्दल जे सांगितले आहे त्याकडे लक्ष दिले, तर हे स्पष्ट होते की पंजाबच्या चूहडांची अनुनासिक परिमाणे युक्त प्रांताच्या ब्राह्मणांची आहेत. बिहारच्या चर्मकाराच्या नाकाचे माप तसेच आहे जे तामिळनाडूच्या ब्राह्मणाचे आहे. जर मानवी शरीरशास्त्र हे जातीची वंश निश्चित करण्यासाठी एक विश्वासार्ह शास्त्र असेल, तर या शास्त्राचा हिंदू समाजात वापर केल्याचे परिणाम हे सिद्ध करत नाहीत की अस्पृश्य हे आर्य आणि द्रविडांपेक्षा वेगळ्या जातीचे आहेत. या अनुनासिक मोजमापांवरून ब्राह्मण आणि अस्पृश्य एकाच वंशातील असल्याचे निश्चितपणे सिद्ध होते. यावरून एकच निष्कर्ष

निघतो की जर ब्राह्मण आर्य आहेत, तर अस्पृश्य देखील आर्य आहेत; जर ब्राह्मण 'द्रविड' असतील तर अस्पृश्य देखील द्रविड आहेत आणि जर ब्राह्मण नाग असतील तर अस्पृश्य देखील नाग आहेत, या परिस्थितीत मिस्टर राइस यांचा सिद्धांत निराधार असल्याचे सिद्ध होते.

वंश हा अस्पृश्यतेचा आधार असल्याचा सिद्धांत मानवी शरीरविज्ञानाच्या विरोधात तर आहेच, शिवाय भारतातील वंशांबद्दल आपल्याकडे असलेल्या माहितीचाही त्याला आधार मिळत नाही. हे सर्वश्रुत आहे की, भारतातील लोक एकेकाळी 'टोळीस्वरूपात' संघटित होते आणि आता 'टोळीने' जातीचे रूप धारण केले असले तरी जातीचे संघटन अजूनही सुरक्षित आहे. प्रत्येक गटाला गटांमध्ये विभागले गेले आणि गटांमध्ये कुटुंबांचे समूह बनवले गेले. प्रत्येक कौटुंबिक गटाचे स्वतःचे चिन्ह होते, मग ते सजीव किंवा निर्जीव वस्तू असो. ज्यांची आपापसात समान चिन्हे होती, त्यांना विवाहबाह्य क्रमाचा एक समूह म्हणून संघटित केले गेले, ज्याला आपण 'गोत्र' किंवा 'कुल' म्हणतो. समान गोत्र असलेल्या कुटुंबांना आंतरविवाह करण्याची परवानगी नव्हती कारण असे मानले जात होते की ते एकाच पूर्वजातून आले आहेत आणि त्यांच्यात समान रक्त आहे. हे लक्षात घेऊन, वेगवेगळ्या जातींच्या खुणा अभ्यासल्या, तर ते जाती ठरवताना नाकाच्या मोजमापाचा चांगला उपयोग निकष ठरवताना होऊ शकतो.

दुर्दैवाने, समाजशास्त्राच्या संशोधकांनी या चिन्हांकडे आणि त्यांच्या विविध जातींमध्ये विभागणीकडे लक्ष दिले नाही. या निष्काळजीपणाचे मुख्य कारण म्हणजे हिंदू समाजव्यवस्थेचे खरे एकक आणि हिंदू समाजाचा पाया ही 'पोट-जाती' आहे ज्याचा नियम आहे की कोणीही त्या पोटजातीबाहेर लग्न करू नये असा जनगणना आयोगाने पसरवलेला विचार आहे. यापेक्षा मोठी चूक असूच शकत नाही. हिंदू समाजाचे एकक 'पोटजाती' नसून बाह्यविवाह आदेशाच्या नियमाच्या आधारावर बनलेला परिवार आहे. या अर्थाने हिंदू कुटुंबाचे गोत्रानुसार समूह तो उप जातीवर आधारीत समूह नसतो. हिंदू कुटुंबात लग्नात फक्त कुळ आणि गोत्र यांनाच प्राधान्य दिले जाते, 'जात' आणि 'पोट' या विचारांना दुय्यम स्थान मिळते. हिंदू समाजातील कुळ आणि गोत्र यांना आरंभिक समाजातील पक्ष चिन्हांप्रमाणेच दर्जा आहे. यावरून हिंदू समाज अजूनही त्याच्या समूहाच्या दृष्टीने टोळीधारितच आहे हे दिसून येते. कुटुंब हा त्याचा पाया आहे. त्याला बाह्य विवाह क्रम पाळावा लागतो. 'जात' आणि 'पोट-जात' या सामाजिक संघटना आहेत, ज्या समूहावरून लादल्या गेल्या आहेत. ते ज्या बाह्य विवाह आदेशाच्या

नियमांना लागू करते, त्याला समूहानुसार कुल आणि गोत्रावर आधारीत बाह्य विवाहास प्रतिबंध करण्याच्या नियमाला नाकारता नाहीत.

'पोटजाती' पेक्षा 'कुटुंब' अधिक महत्त्वाचे आहे हे सत्य स्वीकारण्याचे महत्त्व उघड आहे. हे हिंदू कुटुंबांमध्ये प्रचलित असलेल्या कुळांची आणि गोत्रांची नावे अभ्यासेल. भारतातील लोकांच्या वांशिक रचनेचा अभ्यास करण्यासाठी या प्रकारच्या अभ्यासाची खूप मदत होईल. एकच कुळ आणि गोत्र वेगवेगळ्या जातींमध्ये आढळून आले तर असे म्हणता येईल की सामाजिक दृष्टिकोनातून जाती जरी भिन्न असल्या तरी जातीय दृष्टिकोनातून त्या सारख्याच आहेत. असे दोन अभ्यास झाले आहेत. एक महाराष्ट्रात मिस्टर रिजले आणि दुसरा पंजाबमध्ये हुरोज यांनी केला. अस्पृश्य हे आर्य किंवा द्रविड लोकांपासून वेगळ्या वंशाचे आहेत, या सिद्धांताचे पूर्णपणे खंडन करतात. महाराष्ट्रातील मुख्य लोकसंख्या मराठा आहे. महार हे महाराष्ट्रातील अस्पृश्य आहेत. या दोघांच्या वांशिक अभ्यासावरून हे दिसून येते की दोघेही एकाच कुळातील आहेत. किंबहुना, एकसमानता इतकी जास्त आहे की मराठ्यांमध्ये क्वचितच एखादे कुळ असेल जे महारांमध्ये नाही आणि महारांमध्ये क्वचितच असे एखादे कुळ असेल जे मराठ्यांमध्ये नाही. तसेच पंजाबमध्ये जाटांची लोकसंख्या मोठी आहे. धार्मिक शीखांना 'अस्पृश्य' मानले जाते. त्यापैकी बहुतेक मोची आहेत. वांशिक संशोधनातून असे दिसून आले आहे की दोघांचे गोत्र एकच आहेत. या सर्व गोष्टी खऱ्या असतील तर अस्पृश्य हे वेगळ्या 'वंशाचे' आहेत असे कसे म्हणता येईल ? मी म्हटल्याप्रमाणे, या चिन्हे, वंश आणि गोत्रांना काही अर्थ असेल तर तो हाच की की ज्यांच्याकडे ही चिन्हे असतील ते 'संबंधित' असतील. जर ते एकाच रक्ताचे असतील तर ते भिन्न वंशाचे असू शकत नाहीत.

त्यामुळे अस्पृश्यतेचा उगम हा वंशाचा सिद्धांत मानता कामा नये.

८.

अस्पृश्यतेचा आधारः व्यवसाय

आता आपण व्यावसायिक आधारावर अस्पृश्यतेच्या उत्पत्तीच्या सिद्धांतावर चर्चा करू. राईसच्या मते, 'अस्पृश्यतेचा' आधार त्यांच्या घाणेरड्या आणि घृणास्पद व्यवसायांमध्ये आहे. हा विचार काहीसा रास्त वाटतो. परंतु अस्पृश्यतेच्या उत्पत्तीचे खरे स्पष्टीकरण म्हणून हे स्वीकारण्यात काही अडचणी आहेत. अस्पृश्य करीत असलेले घाणेरडे आणि घृणास्पद धंदे सर्व मानवी समाजात सारखेच आहेत. प्रत्येक समाजात हे व्यवसाय करणारे लोक आहेत, जगातील इतर देशांमध्ये अशा लोकांना अस्पृश्यतेची वागणूक का दिली गेली नाही ? दुसरा प्रश्न असा की द्रविड लोक या व्यवसायांची घृणा करीत होते का ? किंवा असा धंदा जे करीत होते, त्यांच्याबद्दल होती. या बद्दल आपल्याकडे कोणत्याही प्रकारचे पुरावे नाहीत. परंतु उत्पन्नाबद्दल आपल्याकडे पुरावे आहेत. या पुराव्यावरून हे सिद्ध होते की आर्य देखील इतर लोकांसारखेच होते आणि त्यांची 'शुद्धता' आणि 'अशुद्धता' ही संकल्पना इतर प्राचीन लोकांपेक्षा वेगळी नव्हती. नारदस्मृतीच्या पुढील श्लोकांचा विचार केल्यास हे स्पष्ट होते की आर्यांचा कोणत्याही प्रकारच्या गलिच्छ व्यवसायावर आक्षेप नव्हता. पाचव्या अध्यायात नारदांनी सेवा-धर्माच्या उल्लंघनाची चर्चा केली आहे. हे श्लोक त्या अध्यायात आढळतात.

शुश्रुषक पंचविधः शास्त्रे दृष्टो मनीषिभिः ।
चतुर्विध कर्मकरास्तेषा दास विपंचका ।

अर्थ : ऋषीमुनींनी शास्त्रात पाच प्रकारच्या सेवकांचे वर्णन केले आहे. यापैकी चार प्रकारचे सेवक आहेत आणि पाचवे दास आहेत, ज्यांचे पुन्हा पंधरा प्रकार आहेत.

शिष्यान्तेवासिप्रभुतकाश्चतुर्थस्त्वधिकर्मकृता ।
एते कर्मकरा ज्ञेय दासास्तु ग्रहजादयः ।

अर्थः एक विद्यार्थी, एक शिकाऊ, एक पगारदार नोकर आणि एक अधिकारी.

सामान्यमस्वतंत्रमेषामार्हुनीषिण।

जातिकर्मकृतस्तुक्तो विषेशो वृत्तिव च ?

तात्पर्यः ऋषीमुनींनी घोषित केले आहे की सर्वांसाठी आश्रित असणे सारखेच आहे, परंतु त्यांची स्वतंत्र स्थिती आणि उत्पन्न त्यांच्या स्वतःच्या जातीवर आणि व्यवसायावर अवलंबून आहे.

कमपि द्विविधम् ज्ञेयायशुभम् च ।

अशुभ दासकर्मोक्तं शुभं कर्मकृता स्मृतम् ।

अर्थः हे जाणून घेणे महत्त्वाचे आहे की दोन प्रकारचे व्यवसाय आहेत-शुद्ध आणि गलिच्छ. ज्यांचे घाणेरडे धंदे आहेत त्यांना गुलाम, ज्यांचे शुद्ध धंदे आहेत त्यांना शूद्र (कामगार) म्हणतात.

गृहद्वाराशुचिस्थानरथ्यावस्करशोधनम् ।

गुह्यांगस्पर्शनोच्छिचविण्मूत्रमूत्रग्रहणेज्झनम् ।

अर्थः दारे, शौचालये, रस्ते आणि कचराकुंडी झाडून, शरीराच्या खाजगी भागांची मालिश करणे, टाकाऊ अन्न आणि मूत्र आणि विष्ठा गोळा करणे आणि फेकणे.

इच्छताह स्वामिन्श्वांगे ह्य परस्थानमथान्ततः ।

अशुभं कर्म विज्ञेयं शुभमन्यदतः परम ।

अर्थः आणि शेवटी, जेव्हा मालकाची इच्छा असेल तेव्हा त्याच्या शरीराच्या अवयवांना मालिश करणे, ही कामे घाणेरडी मानली पाहिजेत. याशिवाय इतर सर्व कामे शुद्ध आहेत.

शुभकर्मकारास्त्वेते चत्वारः सुमुदाह्यताः ।

भाजस्तु शेषा दासस्त्रिपंचकाः ।

जघन्य कृत्य भाजस्तु

अर्थः अशा प्रकारे शुद्ध काम करणाऱ्या चार प्रकारच्या कर्मचाऱ्यांची गणना करण्यात आली आहे. इतर जे घाणेरडे काम करतात ते गुलाम असतात आणि ते पंधरा प्रकारचे असतात.

ज्यांनी घाणेरडे काम केले ते गुलाम होते आणि घाण कामात झाडू मारण्याचा समावेश असल्याचे स्पष्ट झाले आहे. त्यामुळे प्रश्न पडतो की हे गुलाम कोण होते ? ते आर्य होते की आर्येतर ? आर्यांमध्ये दासप्रथा होती यात शंका नाही. एक आर्य दुसऱ्या आर्यांचा गुलाम असू शकत होता, मग तो कोणत्याही वर्गाचा असला तरी. क्षत्रिय

अस्पृश्य कोण होते आणि ते अस्पृश्य कसे बनले? // ६५

'दास' असू शकतो. वैश्य देखील दास असू शकतो. एक ब्राह्मण देखील नेहमीच 'दास' असण्याच्या शक्यतेपासून मुक्त नव्हता. देशात चातुर्वर्ण्य कायदा झाला तेव्हा दासप्रथेत काही बदल झाले. त्या बदलाचे स्वरूप नारद-स्मृतीच्या पुढील शब्दांवरून स्पष्ट होते.

वर्णानां प्रतिलोम्येन दासत्वं न विधीयते ।

स्वधर्मत्यागिनो न्यज दारवद्दासता मता ।

अर्थः चार वर्गांच्या प्रतिलोम क्रमामध्ये दाप्रथेला स्थान नाही. जर कोणी या नियमाचे पालन केले नाही तर तो या नियमाला अपवाद असेल. त्या परिस्थितीत दासप्रथा ही पत्नीच्या दर्जासारखीच असते.

याज्ञवल्क्य व्यवहाराध्याय चे पण कथन आहे.

वर्णानामनुलोम्येन दास्यं तु प्रतिलोमतः । (४,१८३)

अर्थः दास प्रथा अनुलोम क्रमाने आहे, प्रतिलोम क्रमाने नाही, हे याज्ञवल्क्य स्मृतीवरील विज्ञानेश्वराची मिताक्षरा नावाने जी टीका आहे, त्यात याची चर्चा याप्रमाणे करण्यात आली आहे.

ब्राह्मणदिना-वर्णानामानुलोम्यन दास्यम् ।

ब्राह्मणस्य क्षत्रियदयः ।

क्षत्रियस्य वैष्यशुद्रो ।

वैशस्य शूद्र इत्येवमानुलोम्येन दासभावो भवति न प्रतिलोम्येन ।

अर्थः ब्राह्मण आणि इतर वर्गांमध्ये दासप्रथा अनुलोम क्रमाने कायम राहील. क्षत्रिय आणि बाकीचे इतर ब्राह्मणांचे 'दास' असू शकतात. वैश्य आणि शूद्र हे क्षत्रियांचे 'गुलाम' असू शकतात. शूद्र हा वैश्याचा 'दास' असू शकतो. ही दासप्रथा केवळ अनुलोम क्रमाने लागू केली जाऊ शकते, प्रतिलोम क्रमाने नाही.

हा बदल केवळ दासप्रथेची पुनर्रचना होती, आणि त्या पद्धतशीर असमानतेचा आधार जो चातुर्वर्ण्यांचा 'आत्मा' आहे, या नियमाचा अर्थ एक ब्राह्मण, एक क्षत्रिय, एक वैश्य आणि एक शूद्र ब्राह्मणाचा 'दास' असू शकतो.

क्षत्रिय, वैश्य आणि शूद्र हे क्षत्रियाचे 'दास' असू शकत होते. वैश्य आणि शूद्र हे वैश्याचे गुलाम असू शकत होते. पण शूद्राचा 'दास' हा शूद्रच असू शकत होता. हे सर्व घडल्यावर दासप्रथेचे नियम चालू होते. ब्राह्मण, क्षत्रिय, वैश्य किंवा शूद्र कोणीही असो, 'दास' बनल्यावर त्याला ती लागू होत असे.

दासांसाठी जी कर्तव्य सांगितली होती, त्याकडे लक्ष दिले तर हा बदल कोणत्याही प्रकारचा बदल नव्हता. याचा अर्थ अजूनही ब्राह्मण, क्षत्रिय, वैश्य किंवा शूद्र 'दास'

बनला तर झाडू मारण्याचे काम करावे लागेल. होय, फक्त ब्राह्मण, क्षत्रिय, वैश्य किंवा शूद्र यांच्या घरी झाडू मारणार नाही, तर ब्राह्मणाच्या घरी झाडू मारण्याचे काम करेल. तसेच क्षत्रिय, ब्राह्मण आणि क्षत्रिय यांच्या घरी दास म्हणून काम करेल, परंतु तो वैश्य किंवा शूद्र यांच्या घरात काम करणार नाही. एक वैश्य एक ब्राह्मण, क्षत्रिय आणि वैश्य यांच्या घरात झाडू मारण्याचे काम करेल पण तो शूद्राच्या घरात करणार नाही. त्यामुळे भंग्याचे काम हे आर्यांसाठी घृणास्पद काम नव्हते हे स्पष्ट आहे, मग घाणेरडे व्यवसाय करणे हे अस्पृश्यतेचे कारण आहे असे कसे म्हणता येईल ? त्यामुळे घाणेरड्या व्यवसायात असणे हे अस्पृश्यतेचे कारण असल्याचे मत निराधार असल्याचे सिद्ध होते.

बदल कधीच वेदनादायक नसतो, फक्त बदलाचा प्रतिकार वेदनादायक असतो
-डॉ भीमराव आंबेडकर

भाग-४ अस्पृश्यतेच्या उत्पत्तीचे नवीन सिद्धांत

९.

अस्पृश्यतेचा मूळ आधार-बौद्धांबद्दल द्वेष

१८७० पासून, दर दहा वर्षांनी जनगणना आयुक्तांद्वारे प्रकाशित केलेल्या जनगणनेच्या अहवालात भारताच्या सामाजिक आणि धार्मिक जीवनाविषयी अमूल्य माहिती आहे जी इतर कोठेही उपलब्ध नाही. १९१० पूर्वी, जनगणना आयुक्त 'धर्मानुसार लोकसंख्येचे' खाते ठेवत असत. या खात्यात (१) मुस्लिम, (२) हिंदू आणि (३) ख्रिश्चन इत्यादी लोकसंख्या असायची. १९१० च्या लोकसंख्या अहवालात, विद्यमान परंपरा बाजूला ठेवून एक नवीन गोष्ट स्वीकारली गेली. प्रथमच, हिंदूंना तीन स्वतंत्र वर्गांमध्ये विभागले गेले - (१) हिंदू, (२) निसर्गपूजा करणारे आदिवासी आणि (३) अस्पृश्य. तेव्हापासून हे नवीन वर्गीकरण प्रचलित आहे.

१) पूर्वीच्या लोकसंख्या आयुक्तांच्या परंपरेचा त्याग करण्याच्या संदर्भात, तीन प्रश्न उद्भवतात:-(१)१९१० च्या जनगणनेच्या आयुक्तांनी हे नवीन वर्गीकरण का केले?

२) या वर्गीकरणाचा आधार काय होता ? (३) अशी कोणती कारणे होती ज्यामुळे काही प्रथा आणि परंपरांचा विकास झाला ज्याने हिंदूंचे तीन भिन्न वर्गांमध्ये विभाजन करण्याचे समर्थन केले ?

आगा खान यांच्या नेतृत्वाखाली मुस्लिमांनी १९०९ मध्ये तत्कालीन व्हाइसरॉय लॉर्ड मिंटो यांच्या सेवेत सादर केलेल्या सन्मानाच्या सनदात पहिल्या प्रश्नाचे उत्तर आपल्याला सापडते. त्यात मुस्लिमांनी विधिमंडळ, कार्यकारी आणि सरकारी नोकऱ्यांमध्ये स्वतःसाठी पुरेसे प्रतिनिधित्व मिळावे, अशी मागणी केली. त्या सन्मान पत्राचा एक छोटासा उतारा येथे देत आहे:-

१९०९ मध्ये झालेल्या जनगणनेनुसार, भारतात मुस्लिमांची संख्या ६ कोटी, २० लाखांच्या वर आहे, म्हणजेच ब्रिटिश सरकारच्या भारतीय प्रजेच्या एक चतुर्थांश आणि एक पंचमांश दरम्यान आहे. निसर्गपूजक आणि इतर लहान धर्मांचे अनुयायी

या वर्गवारीत येणाऱ्या असंस्कृत जातीतील लोकांना, प्रत्यक्षात हिंदू नसतानाही त्यांना 'हिंदू' म्हणून गणले गेले, तर मुस्लिमांच्या संख्येच्या तुलनेत हिंदूचे प्रमाण वाढेल. म्हणून आम्हाला हे सादर करणे योग्य वाटते की प्रतिनिधित्वाच्या कोणत्याही विस्तृत किंवा संकुचित व्यवस्थेमध्ये ज्या वंशाची लोकसंख्या रशिया वगळता इतर कोणत्याही पहिल्या-दराच्या युरोपियन शक्तीपेक्षा जास्त आहे अशी मागणी वाजवीपणे करू शकते की त्यांना राज्यात महत्त्वाचे पद मिळाले पाहिजे.

'सरकार बहादूरांनी दिलेल्या आदेशापेक्षा एक पाऊल पुढे जाण्याची आमची इच्छा आहे आणि आम्ही आग्रही आहोत की प्रतिनिधित्वाच्या कोणत्याही प्रकारात, सरळ किंवा वाकड्या आणि त्यांच्या स्थान आणि प्रभावाशी संबंधित, मुस्लिम जातीला जे स्थान मिळेल, ते त्यांच्या लोकसंख्येच्या प्रमाणात नाही, तर त्यांचे राजकीय महत्त्व तसेच साम्राज्याच्या रक्षणासाठी त्यांची जी मदत मिळते, त्यानुसार असायला हवी. आम्हाला अशी पण आशा आहे की या विषयात सरकार याकडे लक्ष देईल की शंभर वर्षांहून अधिक काळ भारतातील मुस्लिमांची काय स्थिती होती आणि त्याची आठवण यांच्या मनातून गेलेली नाही."

या अवतरणात, नियमाच्या खाली असलेल्या ओळींचा विशेष अर्थ आहे. हे शब्द सनदेमध्ये असे सुचविले आहेत की जेव्हा मुस्लिमांची हिंदूंशी तुलना केली जाते तेव्हा निसर्गपूजक, आदिवासी आणि अस्पृश्य यांची लोकसंख्या हिंदूंच्या लोकसंख्येमध्ये समाविष्ट करू नये. १९१० मध्ये जनगणना आयुक्तांनी मंजूर केलेल्या हिंदूंच्या वर्गीकरणाची ही नवीन पद्धत, मुस्लिमांच्या वाढीव प्रतिनिधित्वाच्या मागणीवर आधारित होती, याचा अर्थ हिंदूंनी घेतला होता. जनगणना आयुक्तांनी वर्गीकरणाची नवीन पद्धत का जारी केली हा प्रश्न याआधीच उपस्थित केला गेला असला, तरी तो तितकासा महत्त्वाचा नाही, जो दुसरा प्रश्न आहे जो जाणून घेणे महत्त्वाचे आहे की, जनगणना आयुक्तांनी कोणत्या आधारावर हिंदूंचे विविध वर्ग केले ? '(१) जे १०० टक्के हिंदू होते, (२) जे नव्हते' अशा वर्गीकरणात विभागले आहेत ?

जनगणना आयुक्तांनी केलेल्या या वर्गीकरणाचा आधार जारी केलेल्या परिपत्रकात देण्यात आला आहे. त्यात त्यांना दोन वर्गात विभागण्यासाठी खास आधार निश्चित करण्यात आली आहेत. जे १००टक्के हिंदू नाहीत, त्या जातींची लक्षणं पुढीलप्रमाणे दिली आहेत:-

१) जे ब्राह्मणांचे वर्चस्व मानत नाहीत.

२) जे ब्राह्मण किंवा इतर कोणत्याही मान्यताप्राप्त हिंदू गुरुकडून मंत्र घेत नाहीत.

३) जे वेदांना प्रमाण मानत नाहीत.
४) जे हिंदू देवांची पूजा करत नाहीत.
५) ज्यांचे चांगले ब्राह्मण कर्मकांड करत नाहीत.
६) जे कोणी ब्राह्मण पुजारी ठेवत नाहीत.
७) जे हिंदू मंदिरात जाऊ शकत नाहीत.
८) ज्यांना स्पर्श करता येत नाही किंवा विहित मर्यादेत येतात ते अशुद्धता निर्माण करतात.
९) जे त्यांचे मुद्दे गाडतात.
१०) जे गोमांस खातात आणि गायींना कोणत्याही प्रकारे मान देत नाहीत.

या दहा निकषांपैकी काही असे आहेत जे हिंदूंना आदिवासींपासून वेगळे करतात. बाकीचे असे आहेत की जे हिंदूंना अस्पृश्यांपासून वेगळे करतात. अस्पृश्यांना हिंदूपासून वेगळे करणारा निकष क्र. २, ५, ६, ७ आणि १० आहेत. आपण विशेषतः या लोकांशी संबंधित आहोत.

स्पष्टतेसाठी हे निकष भागांमध्ये विभाजीत करणे आणि त्यांचा स्वतंत्रपणे विचार करणे ठीक राहील. या प्रकरणात फक्त निकष क्र. २, ५ आणि ६ विचारात घेतले जाईल. निकष २, ५ आणि ६ मधील निकषांअंतर्गत जे प्रश्न आहेत, त्यांचे जनगणना आयुक्तांकडून मिळालेल्या उत्तरांवरून असे दिसून येते की (१) अस्पृश्य कोणत्याही ब्राह्मणाकडून मंत्र घेत नाहीत, (२) चांगले ब्राह्मण अस्पृश्यांचे विधी करत नाहीत आणि (३) अस्पृश्यांनी स्वतःचे पुजारी निर्माण केले आहेत. सर्व प्रांतांचे जनगणना आयुक्त या गोष्टींवर सहमत आहेत.

यातील तिसरा प्रश्न सर्वात महत्त्वाचा आहे. दुर्दैवाने जनगणना आयुक्तांना हे समजले नाही, कारण ते त्यांच्या प्रश्नावलीतील प्रकरणाच्या तळापर्यंत जाऊ शकले नाहीत. अस्पृश्य ब्राह्मणांकडून मंत्र का घेत नाहीत हे जाणून घेण्याचा त्यांनी प्रयत्न केला नाही. ब्राह्मण अस्पृश्यांचे पौरोहित्य का करीत नाहीत ? अस्पृश्य स्वतःचे पुजारी का बाळगतात ? आणि या सर्व गोष्टींपेक्षा 'का' हा महत्त्वाचा आहे ? या सर्व बाबतीत 'का' चा शोध घेतला पाहिजे. कारण अस्पृश्यतेच्या उत्पत्तीचे मूळ यांमध्येच कुठेतरी दडलेले आहे.

त्या शोधात पुढे जाण्यापूर्वी हा मुद्दा लक्षात घेणे आवश्यक आहे की जनगणना आयुक्तांची प्रश्नावली एकतर्फी होती. हे त्याच्यावरून स्पष्ट होते की ब्राह्मण अस्पृश्यांचा द्वेष करतात. पण अस्पृश्य लोकही ब्राह्मणांचा द्वेष करतात हे त्यांनी उघड केले नाही.

पण ते वास्तव आहे. ब्राह्मण हा अस्पृश्यांपेक्षा श्रेष्ठ आहे आणि अस्पृश्यही स्वतःला त्याच्यापेक्षा कनिष्ठ समजतो, असे लोकांना वाटणे इतके सामान्य झाले आहे पण अस्पृश्य लोक ब्राह्मणांना 'अपवित्र' मानतात असे सांगितले तर त्यांना फार आश्चर्य वाटेल. परंतु अस्पृश्यांच्या सामाजिक चालीरीतींचे बारकाईने निरीक्षण व परीक्षण करणाऱ्या लेखकांनी हे नमूद केले आहे. या विषयावर उद्भवू शकणाऱ्या कोणत्याही शंका दूर करण्यासाठी त्यांच्या लेखातील काही उतारे खाली दिले आहेत -

मिस्टर अब्बेदुब्याव यांचे लक्ष याकडे गेले आहे. तो म्हणतो-

आजही गावातील पैरिया (अस्पृश्य) ब्राह्मणांच्या गल्लीतून जाऊ शकत नाही. मात्र, आता शहरांमध्ये ब्राह्मणाच्या घराजवळून जाण्यापासून त्याला कोणीही थांबवत नाही किंवा रोखू शकत नाही. पण दुसरीकडे, पैरिया, कोणत्याही परिस्थितीत, ब्राह्मणाला त्याच्या झोपड्यांमधून जाऊ देत नाही. यामुळे त्यांचा नाश होईल यावर त्यांचा ठाम विश्वास आहे.'

तंनातर जिल्ह्याच्या 'गॅझेटियर'चे संपादक श्री. हेमिंग्वे यांचे हे विधान आहे.

'या जाती, तन्नातर जिल्ह्यातील अस्पृश्य जाती, कोणत्याही ब्राह्मणाला त्यांच्या भागात येण्यास जोरदार विरोध करतात. त्यांचा असा विश्वास आहे की यामुळे त्यांचे मोठे नुकसान होईल.'

म्हैसूरच्या हसन जिल्ह्यातील 'होलेंड' लोकांबद्दल लिहिताना कॅप्टन श्री जे. एस. एफ. मॅकेन्झी लिहितातः-'गावाच्या हद्दीबाहेरील प्रत्येक गावाची 'होलीगिरी' आहे. पुर्वीचे शेती करणारे दास, ज्यांना होलियर म्हटले जात होते. त्यांचे निवासस्थान असल्याने मला असे वाटले की यामुळेच त्यांना घाणेरडे समजले जात होते, ज्यांच्या स्पर्शाने अपित्रता निर्माण होते.'

सामान्यतः जे ब्राह्मण होलियरकडून काहीही स्वीकारण्यास नकार देतात, याचे हेच कारण सांगितले जाते. पण तरीही ब्राह्मण ही त्यांच्यासाठी मोठी भाग्याची गोष्ट मानतात, जरी ते त्यांचा अपमान न होता होलीगिरी पार करून गेले. यावर होलियर्सचा मोठा आक्षेप आहे. जर एखादा ब्राह्मण जबरदस्तीने त्यांच्या वस्तीत शिरला तर ते एकत्र येऊन त्याला जोड्याने मारायचे. असे म्हणतात की कधी कधी त्याला ठार देखील करायचे. इतर जातीचे लोक दारात येऊ शकत होते पण घरात प्रवेश करू शकत नव्हते. असे झाल्यास, होलीयर वर दुर्दैवाचा वर्षाव होईल. जर कोणी घरात घुसले तर घरमालक त्याचे कपडे फाडून त्याच्या कपड्याच्या पदराला मीठ बांधतो.

आणि त्याला बाहेर फेकतो. यावरून असे समजले जात असे की नियमांचे उल्लंघन करणाऱ्या व्यक्तीवर सगळे संकट जाईल, आणि घराचा मालक त्यातून वाचला जाईल.

या विचित्रपणाचे स्पष्टीकरण काय आहे ? ते काहीही असले तरी, 'अस्पृश्य' अस्पृश्य नव्हते तर केवळ विभक्त झालेले लोक होते. तेव्हाच्या सुरूवातीच्या स्थितीशी त्यांनी जुळवून घ्यायला हवे होते. या विभक्त लोकांच्या धार्मिक विधींच्या निमित्ताने ब्राह्मणांनी पौरोहित्य करण्यास का नकार दिला, असा प्रश्न आपल्याला पडला पाहिजे? ब्राह्मणांनीच पौरोहित्य नाकारले होते की काय ? किंवा या विभक्त लोकांनी स्वतः ब्राह्मणांना बोलवणे थांबवले होते ? ब्राह्मणांनी विभक्त लोकांना 'अपवित्र' का मानले ? या परस्पर द्वेषाचे कारण काय ?

या परस्पर द्वेषाचे एकच स्पष्टीकरण असू शकते. म्हणजेच हे वेगळे झालेले लोक बौद्ध होते, म्हणून त्यांनी ब्राह्मणांचा आदर केला नाही, त्यांना पुजारी बनवले नाही आणि त्यांना अपवित्र मानले. दुसरीकडे, ब्राह्मणांनाही वेगळे झालेले लोक पसंत नव्हते; कारण ते बौद्ध होते. त्यांच्याविरुद्ध द्वेष पसरवत. याचा परिणाम असा झाला की विभक्त लोकांना 'अस्पृश्य' मानले जाऊ लागले. परंतु त्या काळी बहुसंख्य हिंदू बौद्ध धर्मीय होते तेव्हा कोणत्याही पुराव्याची गरज नाही. त्यामुळे ते सुद्धा बौद्ध होते असे आपण गृहीत धरू.

हिंदूंच्या मनात बौद्धांविरुद्ध द्वेषाची भावना होती आणि ही द्वेषाची भावना ब्राह्मणांनीच निर्माण केली याचा पुरावा नाही.

नीलकंठने आपल्या पश्चात्ताप मयुखमध्ये मनूचा एक श्लोक उद्धृत केला आहे, ज्याचा अर्थ पुढीलप्रमाणे आहे-

'कोणी बौद्ध, पशुपात फुल, लोकायत, नास्तिक किंवा महापाताकी यांना स्पर्श करील तर त्याची स्नान केल्यानेच त्याची शुद्धी होईल."

अपरार्करांनी त्यांच्या चरित्रातही हाच विचार मांडला आहे. वृद्ध त्या पुढे निघाला त्याने तर बौद्ध विवाहारात जाणे देखील पाप मानले आणि त्यातून मुक्त होण्यासाठी स्नान करायला हवे असे सांगितले. बुद्धाच्या अनुयायांविरुद्ध ही द्वेषाची भावना किती व्यापक होती हे संस्कृत नाटकांतून दिसून येते. या दुर्बुद्धीचा उत्तम पुरावा 'मृच्छकटिक' नाटकात आहे. नाटकाच्या सातव्या भागात, नायक चारुदत्त त्याचा मित्र चैत्रेयसह शहराबाहेरील बागेत वसंत सेनेची वाट पाहत आहे. ती आली नाही म्हणून चारूदत्तला जाण्याच्या तयारीत होता. तो जाण्यास निघतात तोच त्यांना 'समवाहक' नावाचा बौद्ध भिक्खू दिसला. तो दिसल्यावर चारूदत्त म्हणतो,

'चारुदत्तः सखे मैत्रेय ! वसंतसेनदर्शनोत्सुकोयम् जना तदेहि प्रच्छावाः। (परिक्राम्य) कथामाभिमुखनाभ्युदयिकं श्रमणकम दसनम्। (विचार्य) प्रविश त्वयमनेन पथ। वयंप्यनेनव पथ गच्छवहः (इति निषकांतः)."

अर्थ : मित्र मैत्रेय, मी वसंत सेनेला भेटण्यास उत्सुक आहे. आम्हाला जाऊ द्या. (थोडेसे चालत) अरे ! हा एक वाईट अपशकुन आहे, एक बौद्ध भिक्षू आमच्याकडे येत आहे. (थोडा विचार करून) ठीक आहे, त्याला येऊ द्या, आपण या दुसऱ्या मार्गाने जाऊ. (दूर जातो)

आठव्या पर्वात, राजाचा मेहुणा 'शकार' याच्या बागेतील एका तलावात साधू कपडे धुत आहे. विट घेऊन शकार येतो आणि त्याला पाहून जीवे मारण्याची धमकी देतो. त्यांच्यातील पुढील संवादाला विशेष महत्त्व आहे. जसेः-

शकार :चिट्ठ, घे दुष्ट शमणक, चिट्ठ.

भिक्खू :आश्चर्य ! एष स राज्यश्यालसंस्थानक आगतः एकेन भिक्षुण परासे कृते यतापि थव-यत्र भिक्ष पश्यति, तत्र-तत्र गामिव नासिकां सिद्ध वापवाह्यति। तत् कुत्रशरणः शरणं गमिष्यामि । या भट्टारक एवं बुद्धो मे शरणम ।

शकार :तिष्ठ रे, दुष्ट श्रमणक, तिष्ठ । अपानकमध्यप्रविष्टस्येव रक्त मूलकस्य शीर्ष ते भक्ष्यामि । (इति ताड्यति)

विट :काणोलोमातः । नय युक्त निर्वेदधृतकषाय भिक्षू ताडूयितुम ।

भिक्खू :स्वागतम प्रसीदतूपासका ।

शकार :मित्र, पश्य पश्य आक्रोशीत माम् ।

विट :कि ब्रवीति ?

शकार :उपासक इति मां भाणति, किम्हं नपितः ?

विट :बुद्धोइति इति भावंत स्तौति ।

शाकार :भाव, तत्किमर्थमेष इहागातः ?

भिक्खू :इदं चीवरं प्रक्षालयितुम ।

शाकार :रे दुष्ट श्रमण । अहमपि प्रवरपुरुषो मनुष्य को न स्नाति तत्वामेकंहारिक करेमि ? महापुरुषांच्या अहंकारी माणसांनी मानवाला त्यांचे खरे सत्व का वंचित ठेवू नये ?

अर्थ

शकार :थांब, अरे दुष्ट श्रमण, थांब.

श्रमण : ओह ! हा राजाचा मेहुणा आहे. कारण तो कोण्या श्रमणांवर रागावलेला आहे. म्हणून जो कोणी श्रमण दिसेल त्याला तो मारहाण करतो.

शकार : थांब, मी सरायतल्या मुळीसारखं तुझं डोकं चिरडून टाकीन. (बीट्स.)

विट : मित्रा, संसाराचा त्याग करून भगवे वस्त्र धारण केलेल्या श्रमणाला मारणे चांगले नाही.

श्रमण : उपासक सुखी असो.

शकार : मित्रा, बघ तो मला शिव्या देतोय.

विट : काय म्हणताय ?

शकार : हा मला 'उपासक' म्हणतो. काय मी नाव्ही आहे ?

विट : ओह ! खरे तर तो तुम्हाला बुद्धाचा उपासक बनवून तुमची स्तुती करत आहे.

शकार : हा इथे का आलाय ?

श्रमण : हे चिवर धुवायला.

शकार : ओह ! अरे दुष्ट श्रमण, मी स्वतः या तलावात आंघोळ करत नाही. मी तुला एका फटक्यात मारून टाकीन. खूप मारहाण केल्यावर श्रमणला जाऊ दिले जाते. येथे हिंदूंच्या गर्दीत एक बौद्ध श्रमण दिसतो. त्यापासून दूर राहिले जाते आणि टाळले जाते. त्याच्या विरुद्ध द्वेषाची भावना इतकी तीव्र आहे की लोक तो ज्या रस्त्यावरून चालतो तो देखील टाळतात. द्वेषाची भावना इतकी प्रबळ आहे की हिंदूला हुसकावून लावण्यासाठी बौद्धाचा प्रवेश पुरेसा आहे. बौद्ध श्रमणाचा दर्जा ब्राह्मणासारखाच आहे. ब्राह्मण मृत्युदंडापासून मुक्त आहेत. त्याला शारीरिक शिक्षाही देता येत नाही. पण बौद्ध भिक्खू मारला जातो, कोणतेही प्रायश्चित न करता, कोणताही पश्चात्ताप न करता, जणू असे करणे काहीच वाईट नाही.

हे विभक्त लोक बौद्ध होते आणि जेव्हा ब्राह्मण धर्माचे बौद्ध धर्मावर वरचढ ठरल्यावर त्यांनी बौद्ध धर्म सोडून इतरांप्रमाणे ब्राह्मणवाद स्वीकारला नाही, हे मान्य केले, तर दोन्ही प्रश्नांवर तोडगा निघतो. अस्पृश्य लोक ब्राह्मणांना अशुभ का मानतात, त्यांना पुजारी का म्हणत नाहीत आणि त्यांना त्यांच्या परिसरात का येऊ देत नाहीत हे यावरून स्पष्ट होते. या विभक्त लोकांना अस्पृश्य का मानले जात होते हे देखील स्पष्ट होते. हे विभक्त लोक ब्राह्मणांचा द्वेष करत होते, कारण ब्राह्मण हे बौद्ध धर्माचे शत्रू होते आणि ब्राह्मणांनी या विभक्त लोकांना 'अस्पृश्य' बनवले कारण ते बौद्ध धर्म

सोडण्यास तयार नव्हते. या तर्कावरून आपण असा निष्कर्ष काढू शकतो की अस्पृश्यतेचे मूळ कारण म्हणजे ब्राह्मणांना बौद्धांबद्दल वाटणारा द्वेष.

या विभक्त झालेल्या लोकांच्या अस्पृश्य होण्याचे कारण बौद्ध आणि ब्राह्मण धर्म यांच्यातील द्वेष होता का ? साहजिकच नाही. ब्राह्मणांनी बौद्धांविरुद्ध समानतेने द्वेषाचा प्रचार केला, परंतु विशेषतः या फुटीर लोकांविरुद्ध नाही. मग 'अस्पृश्यता' फक्त या विभक्त लोकांनाच का चिकटली ? त्यामुळे हे स्पष्ट आहे की या व्यतिरिक्त इतरही काही परिस्थिती असावी, ज्यामुळे या विभक्त लोकांवर अस्पृश्यता लादली गेली. अशी कोणती परिस्थिती असू शकते ? पुढे जाऊन या दिशेने काही शोधण्याचा प्रयत्न करू.

१०.

गोमांस खाणे – अस्पृश्यतेचा मूळ आधार

आता आपण जनगणना आयुक्तांच्या परिपत्रकात दिलेल्या दहाव्या निकषाकडे वळू. गोमांस खाण्याशी संबंधित असलेल्या या निकषावर पहिल्या अध्यायात चर्चा केली आहे.

आज ज्या जातींना 'अस्पृश्य' समजले जाते त्यांच्या आहारातील मुख्य घटक म्हणजे मेलेल्या गायीचे मांस हे जनगणनेचे निकाल दाखवतात. कोणतीही हिंदू जात, कितीही नीच असली तरी गोमांसाला हात लावणार नाही. अशी दुसरी कोणतीही जात नाही जी खरोखरच 'अस्पृश्य' आहे आणि ज्याचा मेलेल्या गायीशी काहीही संबंध नाही. कोणी तिचे मांस खातात, कोणी तिचे कातडी काढतात, कोणी त्याच्या कातडी आणि हाडापासून वस्तू बनवतात.

अस्पृश्य लोक गोमांस खातात हे जनगणना आयुक्तांच्या तपासात सिद्ध होते. त्यामुळे गोमांस खाण्याचा अस्पृश्यतेच्या उत्पत्तीशी काही संबंध आहे का, असा प्रश्न उपस्थित होत आहे. किंवा अस्पृश्यांच्या आर्थिक जीवनातील ही एक सामान्य घटना आहे ? गोमांस सेवनामुळे विभक्त झालेल्या लोकांना 'अस्पृश्य' ठरवण्यात आले, असे आपण म्हणू शकतो का ? या प्रश्नाचे उत्तर बिनदिक्कतपणे 'हो' असे देता येईल. इतर कोणतेही उत्तर आमच्या माहितीशी जुळत नाही.

सर्वप्रथम, हे निश्चित आहे की 'अस्पृश्य' किंवा 'अस्पृश्यातील इतर जाती' मृत गोमांस खातात आणि मृत गायीच्या वापराचा संबंध इतका घट्ट आणि इतका जवळचा आहे की ते अस्पृश्यतेचे कारण मानणे जवळजवळ अटळ वाटते. दुसरे म्हणजे, अस्पृश्यांना हिंदूंपासून वेगळे करणारी कोणतीही गोष्ट असेल तर ती गोमांस आहार आहे. अगदी वरवर पाहता, निषिद्ध अन्नाशी संबंधित हिंदू नियमांमध्ये दोन प्रतिबंध आहेत जे हिंदूना वेगळं पाडतात. एक मनाई म्हणजे मांस खाऊ नये. त्यामुळे हिंदूंमध्ये दोन फूट

पडली आहे. जे गोमांस खातात, आणि जे गोमांस खात नाहीत. अस्पृश्यतेच्या दृष्टीकोनातून, पहिल्या विभाजक रेषेला महत्त्व नाही, परंतु दुसरी आहेः कारण ती अस्पृश्य आणि अस्पृश्यांमध्ये पूर्णपणे विभाजित करते. 'अस्पृश्य', मग ते शाकाहारी असो की मांसाहारी, गोमांसाबद्दल त्यांचे समान विचार आहेत. त्यांच्या उलट व्यवहार आहे गोमांस भक्षण करणारांचा. त्यांना त्याचे काहीही वाटत नाही.

या संदर्भात गोमांस खाणारांचा अत्यंत तिरस्कार करतील आणि त्यांना अपृष्य ठरवतील, हे जाहीरच आहे.

होय, ते गोमांस खाणाऱ्यांना 'अस्पृश्य' मानू लागतात. खरे तर गोमांस खाणे हे अस्पृश्यतेचे मुख्य कारण आहे, वेगळी कल्पना करण्याची गरज नाही. हिंदू धर्मग्रंथ देखील या नवीन सिद्धांताचे समर्थन करतात. व्यास-स्मृतीत खालील श्लोक आहे, ज्यात अंत्यजाच्या वर्गात गणल्या गेलेल्या जातींची नावे आणि त्यांचे असे असण्याचे कारण सांगितले आहे-

'चर्मकार, मोरया भट्ट (सैनिक), भिल, रजक (धोबी), पुष्कर, नट (कलाकाकर), ब्रात्य, मेद, चांडाळ, दास, स्वापक आणि कोलिका आणि इतर जे गोमांस खातात त्यांना 'अंत्यज' म्हणतात. (१२,१३)

साधारणपणे, स्मृती लेखक 'का आणि कसे ?' या भानगडीत न पडता त्यांचे मत स्पष्ट करतात. पण हा अपवाद आहे कारण इथे वेदव्यास अस्पृश्यतेचे कारण सांगत आहेत, ते यात महत्त्वाचे आहे. याचा अर्थ 'अस्पृश्यते'चा उगम गोमांस खाण्यात आहे हे स्मृतींना माहीत होते. वेद व्यासांच्या या विधानानंतर कोणत्याही प्रकारच्या वादाला जागा नसावी. हे म्हणजे हातच्या ककंणाला आरसा कशाला ?' असे आहे आणि विशेष म्हणजे हे स्पष्टीकरण देखील अर्थपूर्ण आहे कारण ते आपल्या माहितीशी पूर्णपणे जुळते.

'अस्पृश्यतेच्या' कारणाच्या या नव्या शोधात दोन गोष्टी समोर आल्या आहेत. एक गोष्ट म्हणजे ब्राह्मणांनी बौद्धांविरुद्ध पसरवलेली द्वेषाची भावना आणि दुसरी गोष्ट म्हणजे गोमांस खात राहण्याची विभक्त लोकांची सवय. आधी म्हटल्याप्रमाणे, विभक्त लोकांवर 'अस्पृश्यतेचा' कलंक लादण्यासाठी फक्त पहिला मुद्दा पुरेसा मानता येणार नाही. कारण ब्राह्मणांनी बौद्धांबद्दल जी द्वेषाची भावना पसरवली होती ती सर्वसाधारणपणे सर्व बौद्धांविरुद्ध नव्हती, ती केवळ 'विभक्त लोकां'विरुद्ध नव्हती. केवळ 'भिन्न लोक' अस्पृश्य होण्याचे मुख्य कारण म्हणजे ते बौद्ध होते आणि त्यांनी गोमांस खाण्याची सवय सोडलेली नव्हती. यामुळे ब्राह्मणांना त्यांच्या नवीन गाय

भक्तीला टोकाच्या मर्यादेपर्यंत नेण्याची आणखी एक संधी मिळाली. यावरून आपण या निष्कर्षाप्रत पोहोचू शकतो की विभक्त झालेले लोक बौद्ध असल्याने द्वेषाचे कारण बनले आणि गोमांस भक्षक असल्यामुळे ते 'अस्पृश्यतेचे' कारण बनले.

गोमांस खाणे हे 'अस्पृश्यतेचे' कारण आहे हा सिद्धांत मान्य केल्याने अनेक प्रश्न निर्माण होतात. टीकाकार नक्कीच विचारतील की, गोमांस भक्षणाविरुद्ध हिंदूंच्या द्वेषाचे कारण काय ? हिंदू नेहमीच गोमांस खाण्याच्या विरोधात आहेत का ?

जर नाही तर मग त्यांच्यात हा द्वेष कसा निर्माण झाला ? अस्पृश्य लोक सुरुवातीपासून गोमांस खातात का ? ज्यावेळी हिंदूंनी गोमांस खाणे बंद केले, त्याचवेळी अस्पष्यांनी गोमांस खाणे बंद का केले नाही ? 'अस्पृश्य' हे नेहमीच 'अस्पृश्य' होते का ? एक काळ असा होता की जेव्हा 'अस्पृश्य' गोमांस भक्षक असूनही 'अस्पृश्य' नव्हते, तर नंतर गोमांस खाणे हे 'अस्पृश्यतेचे' कारण कसे बनले ? जर हिंदू गोमांस खात असतील. मग त्यांनी ते खाणे कधी बंद केले ? हिंदूंनी गोमांस खाणे सोडल्यानंतर 'अस्पृश्यता' किती काळानंतर अस्तित्वात आली ? या प्रश्नांची उत्तरे द्यावी लागतील. उत्तर न दिल्यास हा प्रश्न तसाच गुलदस्त्यात राहील. लोक ते 'शक्य' म्हणून स्वीकारतील पण ते निर्णायक म्हणून स्वीकारणार नाहीत. जेव्हा मी एक सिद्धांत मांडतो तेव्हा मला त्या प्रश्नांची उत्तरेही द्यावी लागतात. मी खालील शीर्षकांमध्ये उत्तर देऊ इच्छितो.

१) हिंदू कधीच गोमांस खात नव्हते का ?

२) हिंदूंनी गोमांस खाणे का सोडले ?

३) ब्राह्मण शाकाहारी कधी झाले ?

४) 'अस्पृश्यता' गोमांस खाण्यातून का निर्माण झाली ? आणि

५) 'अस्पृश्यता' कधीपासून निर्माण झाली ?

भाग-५ गोमांस सेवन व अस्पृष्यता

११.

हिंदू कधीच गोमांस खात नव्हते का ?

हिंदूंनी कधीच गोमांस खाल्ले नाही का ?' या प्रश्नाचे उत्तर प्रत्येक हिंदू, मग तो ब्राह्मण असो वा गैरब्राह्मण, 'नाही कधीच नाही.' असे देईल. एकप्रकारे त्याचे म्हणणे बरोबर आहे. कोणत्याही हिंदूने फार काळापासून गोमांस खाल्ले नाही. 'हिंदू'च्या या उत्तराचा अर्थ असा असेल, तर त्याच्याशी आमचे काहीही भांडण नाही. पण जेव्हा सुशिक्षित ब्राह्मण म्हणतात-'हिंदूंनी कधीच गोमांस खाल्लेले नाही, तर ते नेहमीच गाईला पवित्र मानतात आणि गोहत्येच्या विरोधात राहिले आहेत, तेव्हा त्यांचा विचार मान्य करणे कठीण होऊन जाते.

हिंदूंनी कधीही गोमांस खाल्ले नाही आणि गोहत्येला नेहमीच विरोध केला या कल्पनेच्या समर्थनार्थ बरेच पुरावे आहेत.

ऋग्वेदात दोन प्रकारचे पुरावे आहेत, जे आधार मानले जातात. एका प्रकारच्या पुराव्यात गाईला 'अवध्य' म्हटले आहे. 'अवध्य' म्हणजे 'मारण्यायोग्य नाही.' याचा अर्थ गोहत्येला बंदी आहे असा घेतला जातो; आणि धर्माच्या बाबतीत वेद हाच अंतिम पुरावा आहे. म्हणून इथे असे म्हटले जाऊ शकते की गोमांस भक्षणाचा विषयच नाही, आर्य गोहत्या करू शकत नाहीत. इतर प्रकारच्या पुराव्यांमध्ये गाईला पवित्र म्हटले गेले आहे. या मंत्रांमध्ये गाईला रुद्राची माता, वसूची कन्या, आदित्यांची बहीण आणि अमृताचा केंद्रबिंदू म्हटले आहे. ऋग्वेदात आणखी एक उल्लेख आहे, जिथे गायीला 'देवी' म्हटले आहे. ब्राह्मण आणि सूत्र ग्रंथातील काही वाक्येही या विचाराचा आधार मानली जातात.

शतपथ ब्राह्मणात दोन स्थाने गोहत्या आणि गोभक्षणाशी संबंधित आहेत. अशाप्रकारे आहे, अर्थे शाला प्रपादयति ।

स धेन्वै चानडुश्च नाश्नीयाद धेन्व नडहौ वा इदं सर्वम्भितस्ते देवा अब्रुवमू

धेन्वौ व इदं सर्व विभृतो हन्त यदन्येषा वयसा वीर्य तद्वन्वनडुयोर्दधामेति स यदन्येषा वयसा वीर्यमासीतत्तद्वेनडुहयोरदधु स्तमस्तस्माद्वोनुश्चचैवानवांश्च भूयिष्ठ भुक्तस्तदैवतत सर्वाश्यमिव यो धेन्वनडुहयोरश्रीयादन्य गतिरिव तं हभदतमभिजनितोणार्ययये गर्भ निरवधीदिती पापमकदिति पापी कीर्तिस्तस्माद्वोन्वनडुहयोर्चाश्रीयत्' (श.प.)

अर्थ : तो (अध्ययु) नंतर त्याला मंडपात प्रविष्ठ करतो. त्याने गाय किंवा बैलाचे मांस नाही सेवन केले पाहिजे. कारण निःसंशयपणे गाय आणि बैल हे पृथ्वीवर अस्तित्वात असलेल्या प्रत्येक गोष्टीचा आधार आहेत. देवांनी सांगितले आहे की, 'गाय आणि बैल हे सर्व गोष्टींचा आधार नक्कीच आहेत. इतर (प्राण्यांच्या) प्रजातींची शक्ती फक्त गायी आणि बैलांना देऊ. त्यामुळे गायी आणि बैल सर्वाधिक खातात. म्हणून, जर कोणी गाय किंवा बैलाचे मांस खाल्ले तर तो सर्व काही खातो, किंवा तो सर्वांचा अंत आणि सर्वांचा नाश घडवून आणतो. म्हणून त्याने गाय आणि बैलाचे मांस खाऊ नये.

मंत्र क्रमांक. १, २, ३ आणि ६ मध्ये आणखी एक जागा आहे जिथे नैतिक कारणास्तव पशुबळी बंदी आहे. प्रतिबंधित केले आहे.

असेच विधान आपस्तंब धर्मसूत्रातही आहे जिथे गोमांस खाण्यावर सर्वसाधारण बंदी घालण्यात आली आहे.

हिंदूंनी कधीच गोमांस खाल्ले नाही या कल्पनेच्या बाजूने हा एकमेव पुरावा आहे. या पुराव्यावरून आपण कोणते निष्कर्ष काढू शकतो ?

जितका ऋग्वेदाच्या पुराव्यांचा संबंध आहे, तो नीट न वाचल्याने आणि नीट समजून न घेतल्यानेच आपण या निष्कर्षापर्यंत पोहोचू शकतो. ऋग्वेदातील 'अघन्या' या विशेषणाचा अर्थ असा आहे की, गाय दूध देते म्हणून ती मारण्यास योग्य नाही. होय, हे खरे आहे की ऋग्वेदाच्या काळात गायीबद्दल आदर होता, परंतु गायीबद्दल अशा आदराची आणि पूजेची अपेक्षा केल्यामुळे हिंदी आर्यांनी अन्नासाठी तिची हत्या करणे थांबवले नाही. किंबहुना गायींना पवित्र मानले जात असल्यानेच त्यांना मारले जात होते. श्री काणे म्हणतातः-

'वैदिक काळात गाय पवित्र नव्हती असे नाही. तिच्या 'पवित्रते'मुळेच गोमांस खावे असे वाजसनेयी संहितेत सांगितले आहे.'

ऋग्वेद काळातील आर्य अन्नासाठी गायींची कत्तल करत आणि गोमांस खात, असा उल्लेख ऋग्वेदातच आहे.

८० // अस्पृष्य कोण होते आणि ते अस्पृष्य कसे बनले?

ऋग्वेदात, इंद्र स्वतः म्हणतो की तो एकासाठी १५-२० बैल शिजवतो. ऋग्वेदातच म्हटले आहे की, घोडे, बैल, वांझ गायी आणि मेंढ्या अग्निदेवाला अर्पण केल्या गेल्या. गायीला तलवारीने किंवा कुऱ्हाडीने मारण्यात आल्याचेही ऋग्वेदातून स्पष्ट होते.

शतपथ ब्राह्मणाच्या साक्षीचा संबंध आहे, तो निर्णायक मानता येईल का ? साहजिकच नाही. इतर ब्राह्मणांमध्ये वेगळे मत देणारे ग्रंथ आहेत.

एक उदाहरण पुरेसे असेल. तैत्तिरीय ब्राह्मणात वर्णिलेल्या कामेष्टी यज्ञात गायी व बैलांचा बळी देण्याची परवानगी तर आहेच, पण कोणत्या प्रकारच्या गाय-बैलाचा बळी कोणत्या देवतेला द्यावा, हेही स्पष्ट केले आहे.

उदाहरणार्थ, 'तुम्हाला विष्णूला यज्ञ करायचा असेल तर बुटका बैल निवडावा. वृत्राचा नाश करणाऱ्या 'इंद्रा'ला यज्ञ करायचा असेल तर असा बैल लागतो ज्याला लटकलेली शिंगे आणि कपाळावर खूण आहे. 'पुषण'साठी काळी गाय, 'रुद्र'साठी लाल गाय, आणि तैत्तिरीय ब्राह्मणाने पंचशारदीय सेवा नावाच्या यज्ञाचे वर्णन केले आहे, त्यातील सर्वात महत्त्वाची गोष्ट म्हणजे त्यामध्ये पाच वर्षांचे सतरा कुबड नसलेले बुटके बैल आणि तितक्याच तीन वर्षांच्या बुटक्या बछड्यांचा बळी दिला जात असे.

आणि 'आपस्तंब धर्मसूत्र' विरुद्ध खालील गोष्टी लक्षात घेण्यासारख्या आहेत.

प्रथम, त्याच सूत्रात १५, १४, २९ श्लोकांमध्ये याच्या विरुद्ध विधान आहे. सूत्रात लिहिले आहे-'गाय आणि बैल पवित्र आहेत, म्हणून त्यांचे सेवन केले पाहिजे.'

दुसरी गोष्ट म्हणजे गृहसूत्रात दिलेली मधुपर्क बनवण्याची पद्धत. पाहुण्यांना एक खास पदार्थ दिला जात असे, ज्याला 'मधुपार्क' असे म्हणत. स्वागत करण्याची ती एक निश्चित परंपरा बनली होती. अनेक गृह्य-सूत्रांमध्ये मधुपर्कची सविस्तर माहिती आहे. गृह्य-सूत्रानुसार, सहा जणांना मधुपर्क दिला जावा असे सांगितले आहे. (१) ऋत्विज अर्थात यज्ञ करणारा ब्राह्मण, (२) आचार्य (३) वर, (४) राजा, (५) पदवीधर, म्हणजे ज्याने आपले गुरुकुल शिक्षण पूर्ण केले आहे, आणि (६) आणि असा कोणी ज्याचे अतिथ्य प्रिय आहे. काही अतिथीचा देखील यात समावेश आहे. ऋत्विज, राजा आणि आचार्य यांच्याशिवाय उर्वरित लोकांना वर्षातून एकदा मधुपार्क देण्याचा नियम आहे. ऋत्विज, राजा आणि आचार्य यांना प्रत्येक वेळी त्यांच्या आगमनानंतर ते द्यावे लागले.

हा मधुपार्क कशाचा बनतो होता ? हा मधुपर्क ज्या गोष्टींपासून बनवला गेला त्याबद्दल मतमतांतरे आहेत. 'आश्वलायन गृह्य सूत्र आणि आपस्तंब गृह्य सूत्र मध आणि दही किंवा तूप आणि दही यांचे मिश्रण. १३-१०१ पराशर गृह्य सूत्रानुसार,

दही, मध आणि लोणी तीन गोष्टींच्या मिश्रणाने बनवावे. 'आपस्तंब गृह्यसूत्र' (१३,११,१२) मध्येही या तीन गोष्टी मिसळल्या जाऊ शकतात या इतरांच्या मताचा उल्लेख आहे. हिरण्य गृह्य सूत्र (१,९,१०,१२) या पाचपैकी कोणत्याही तीन गोष्टी-दही, मध, तूप, पाणी आणि इतर मिक्स करण्याची परवानगी देते. 'कौशिक सूत्रात ९ प्रकारच्या भेसळांचा उल्लेख आहे-ब्रह्म (मध आणि दही), इंद्र (दुधात तांदूळ), सौम्य (दही आणि तूप), पौषना (तूप आणि मंथन केलेले दही), सारस्वत (दूध आणि तूप), मौसल तूप, ते फक्त सौत्रामणी आणि राजसूय यज्ञ), परिव्राजक (मोहरी तेल आणि त्याची केक) मध्ये वापरले जात असे. माधव-गृह्यसत्र (१,९,२२) म्हणते की मधपर्क मांसाशिवाय तयार करू नये, अशी वेद आज्ञा देते; त्यामुळे गाय सोडली तर बकऱ्याचे मांस किंवा बोकडाचा बळी देता येतो. 'हिरण्य गृह्य सूत्र' (१,१३,१४) म्हणते की फक्त इतर मांसाचा बळी द्यावा. बोधायन गृह्य सूत्र (१,१३,१४) सांगते. मधुपर्क मांसाशिवाय तयार करू नये. जर कोणी मांसाचा बळी देऊ शकत नसेल तर त्याने धान्य शिजवावे.

अशा प्रकारे, मांस, विशेषतः गोमांस, मधुपार्कमध्ये एक आवश्यक घटक आहे. पाहुण्यांसाठी गोहत्येची बाब इतकी सामान्य झाली होती की, 'पाहुण्या'चेच नाव 'गोधना' पडले, म्हणजे गायींची कत्तल करणारा. ही हत्या टाळण्यासाठी आश्वलायन गृह्य सूत्रात असे सुचवले आहे की, अतिथी आल्यावर गायीला सोडावे, जेणेकरून गाय मारली जाणार नाही आणि 'आतिथ्य' या नियमाचेही उल्लंघन होणार नाही.

तिसऱ्या 'आपस्तंब धर्मसूत्र' विधानाचा विरोध म्हणून मृतदेहावर अंत्यसंस्कार करण्याचा उल्लेख करता येईल. सूत्र म्हणतेः-

त्यानंतर त्याने मृत शरीरावर खालील यज्ञ साधने ठेवावीतः-

१. उजव्या हातात गुहु नावाचा चमचा.
२. डाव्या हातात उपभृत नावाचा दुसरा चमचा.
३. उजव्या बाजूला 'स्फ्य' नावाची लाकडी याज्ञिक खडग, डाव्या बाजूला अग्निहोत्र हवनी.
४. छातीवर ध्रुव (खुवा बडा), डोक्यावर वाटी आणि दातांवर दगड.
५. त्याच्या नाकाच्या दोन्ही बाजूला दोन बडीशेप.
६. जर सवा एकच असेल तर त्याचे दोन तुकडे करावेत.
७. दोन्ही कानांजवळ प्रसित्राहरण म्हणजेच ही पात्रे ज्यात ब्राह्मणाची यज्ञ सामग्री ठेवली जाते.

८. जर प्रसित्राहरण एक असेल तर त्याचे दोन तुकडे करावेत.

९. पोटावर पत्री नावाचे भांडे.

१०. चषक किंवा प्याला ज्यामध्ये यज्ञाचे भोजन ठेवले जाते.

११. गुप्तांगावर शमी नावाचे लाकूड.

१२. मांडीवर दोन जळत्या काड्या.

१३. पायांवर चुना आणि दगड.

१४. पायावर दोन टोपल्या.

१५. जर एकच टोपली असेल तर त्याचे दोन भाग करा.

१६. पोकळ वस्तूंवर तूप शिंपडून ते भरले जाते.

१७. मृताच्या मुलाने गिरणीचा खालचा आणि वरचा पाट उचलावा.

१८. तांबे, लोखंड आणि मातीच्या वस्तू.

१९. मृत व्यक्तीच्या पोटाचा पडदा काढून ऋग्वेदाचा (१०, १६, ७) हा मंत्र (१०, १६, ७) पाठ करा की 'त्या बाजूवर जो तुझे रक्षण करील आणि जे गायीपासून प्राप्त होते. मंत्र पठण करताना त्याच्याकडून मृत व्यक्तीचे डोके आणि तोंड झाकावे.

२०. प्राण्याचे अंडकोष काढून मृत व्यक्तीच्या हातात ठेवा. सोबत मंत्र देखील पठण करावा, "शमीच्या दोन्ही मुलांना दोन्ही कुत्र्यापासून वाचवा." डाव्या हातात डावे अंडकोष, उजव्या हातात उजवे अंडकोष, डाव्या हाताला.

२१. तो मृत व्यक्तीच्या हृदयावर प्राण्यांचे हृदय ठेवतो.

२२. काही आचार्यांच्या मते दोन मूठ पीठ किंवा तांदूळ.

२३. काही आचार्यांच्या मते, अंडकोष सापडत नाहीत तेव्हाच हे घडते.

२४. प्राण्याच्या शरीराचे अवयव विभाजित करून मृत व्यक्तीच्या त्याच शरीराच्या अवयवांवर ठेवून ते त्वचेने झाकून ते मंत्र म्हणतात, 'हे अग्नी ! जेव्हा पवित्र अग्नि पुढे नेण्यात आला आहे तेव्हा तो उलटू नकोस.'

२५. एखाद्याने आपला डावा गुडघा वाकवून 'अग्नियें स्वाहा, कामया स्वाहा, लोकाय स्वाहा, अनुमायते स्वाहा' असे म्हणत त्या दक्षिण अग्नीत यज्ञ करावा.

२६. पाचवा नैवेद्य मृत व्यक्तीच्या छातीवर चढवावा. सोबतच या मंत्र निश्चयापासून हजारोचा जन्म झाला आहे. आता त्याचा यातूनच त्याचा जन्म होवो. स्वर्गासाठी स्वाहाः 'आश्वलायन गृह्यसूत्र' मधील वरील अवतरणावरून हे स्पष्ट होते की,

प्राचीन हिंदी-आर्यांमध्ये जेव्हा कोणी मरण पावत असे, तेव्हा एखाद्या प्राण्याचा बळी दिला जायचा आणि त्या प्राण्याचे सर्व अवयव मृत व्यक्तीच्या प्रत्येक भागावर ठेवूनच त्याला जाळले जायचे.

गोहत्या आणि गोमांस खाण्याबाबतच्या पुराव्याची ही अवस्था आहे. यापैकी कोणती बाजू खरी मानावी ? सत्य असे दिसते की 'शतपथ ब्राह्मण आणि आपस्तंबद धर्मसूत्रातील असे लेख जे हिंदूंना गोहत्या आणि गोमांस भक्षणाला विरोध असल्याचे घोषित करतात ते केवळ अति गोहत्या आणि गोमांस भक्षणाच्या विरोधात प्रेरणा देतात. ते गोहत्येला बंदी घालत नाहीत. किंबहुना, गोहत्या आणि गोमांसाहार ही त्या काळी सर्वसामान्य बाब बनली होती, हे या प्रेरणा सिद्ध करतात. या प्रेरणेनंतरही गोहत्या आणि गोमांसाचे सेवन चालूच होते. या शिकवणी अनेकदा व्यर्थ गेल्या, हे आर्यांचे महान ऋषी, याज्ञवल्क्य यांच्या आचरणावरून सिद्ध होते.

वर उद्धृत केलेला शतपथ ब्राह्मणाचा पहिला परिच्छेद फक्त याज्ञवल्क्याला उद्देशून होता. याज्ञवल्क्याने त्याला काय दिले नाही ? ते प्रवचन ऐकल्यानंतर याज्ञवल्क्य बोलला-

'ते कोमल असेल तरच मी ते खातो.'

एकेकाळी हिंदू गायी मारत होते आणि गोमांसही खात होते. बौद्ध सूत्रांमध्ये दिलेल्या यज्ञांच्या वर्णनावरून हे फार चांगले सिद्ध होते. बौद्ध सूत्रांचा काळ वेद आणि ब्राह्मण ग्रंथांपेक्षा खूप नंतरचा आहे. ज्या प्रमाणात गायी आणि इतर प्राणी मारले गेले ते भयानक आहे. धर्माच्या नावाखाली ब्राह्मणांनी केलेल्या हत्यांचा हिशेब देता येत नाही. होय, बौद्ध वाङ्मयाच्या काही अवतरणांवरून या कसाईपणाची कल्पना येते.

उदाहरणार्थ, आपण कुटदंत सूत्राचा उल्लेख करू शकतो, ज्याद्वारे बुद्धाने करादंत ब्राह्मणांना प्राणी मारू नका असा सल्ला दिला आहे. बुद्ध जरी व्यंगात्मक भाषा बोलत नसले तरी त्यांच्या विधानातून वैदिक काळातील कर्मकांडाचे चित्र चांगले स्पष्ट दिसते. तो म्हणतात-

'आणि पुढे हे ब्राह्मण, त्या यज्ञात ना बैल, ना कोंबड्या, ना धष्टपुष्ट डुक्कर, ना कोणता प्राणी मारला गेला, अगदी मंडपासाठी कोणता वृक्ष देखील तोडण्यात आली नाहीत. मंडपाच्या चोहीबाजूने बांधण्यासाठी लागणारे गवतही कापण्यात आले नाही. इतर कामगार हिंसाचार किंवा भीतीने काम करत नाहीत किंवा काम करताना त्यांच्या चेहऱ्यावरून अश्रू ओघळले नाहीत."

दुसरीकडे, कुटदंत बुद्ध, धम्म अशा यज्ञांमध्ये केले जाणारे काही भयंकर पशुबळी देण्यात येत होते, त्याबद्दल सांगतात. त्यांच्या मते-

'मी बुद्ध, धर्म आणि संघ याना शरण जोतो. आजपासून हे भन्ते ! यवज्जीवन, मला तीन शरण मिळालेला उपासक म्हणून जाण, हे गौतम, आता सातशे बैल आहेत, सातशे तरुण आहेत, सातशे वासरे, सातशे शेळ्या आणि सातशे मेंढ्यांना मी गवत मुक्त करतो. त्यांनी गवत खावे, थंड पाणी प्यावे, आणि थंडगार वाऱ्याचा आनंद घ्यावा."

संयुक्त निकायाचा कोसल राजा प्रसेनजीत याने केलेल्या यज्ञाचे वर्णन दिले आहे. असे लिहिले आहे की 'पाचशे बैल, पाचशे वासरे आणि अनेक तरुण बैल, बकरे आणि मेंढे यज्ञात अर्पण करण्यासाठी युपच्या स्तंभावर नेण्यात आले.'

इतके पुरावे असल्यावर कोणीही शंका बाळगू शकत नाही की एक काळ असा होता जेव्हा हिंदू, किंवा ब्राह्मण, गैरब्राह्मण असो, तो केवळ मांसाहारीच नव्हते तर ते गो-मांसाहारी देखील होते.

१२.

ब्राह्मणेतरांनी गोमांस खाणे का बंद केले ?

हिंदूंच्या विविध जाती किंवा वर्गांच्या खाण्याच्या सवयी आणि स्वभाव त्यांच्या इतर चालीरीतींप्रमाणेच स्थिर आणि दृढ झाल्या आहेत, ज्याप्रमाणे आपण हिंदूंचे त्यांच्या चालीरीतींच्या आधारावर वर्गीकरण करू शकतो. अगदी त्याप्रमाणे त्याचे खाण-पानाच्या सवयीवरूनही करू शकतो. ज्याप्रमाणे जातीय दृष्टिकोनातून हिंदू एकतर शैव किंवा वैष्णव असतो. त्याचप्रमाणे ते एकतर मांसाहारी किंवा शाकाहारी असतात.

साधारणपणे मांसाहारी आणि शाकाहारी हे वर्गीकरण पुरेसे असू शकते. परंतु, हे पूर्णपणे योग्य वर्गीकरण नाही हे मान्य केले पाहिजे. अधिक तपशीलवार वर्गीकरणासाठी, आपल्याला मांसाहारी वर्गाचे दोन भाग करावे लागतील-(१) जे मांस खातात, परंतु गोमांस खात नाहीत. (२) जे गोमांसही खातात. दुसऱ्या शब्दांत सांगायचे तर, हिंदू समाजात खाण्याच्या सवयींबाबत तीन विभाग होतील-(१) जे शाकाहारी आहेत, (२) जे मांसाहारी आहेत पण गोमांस खात नाहीत. (३) जे गोमांस खातात. या वर्गीकरणाशी जुळणारे हिंदू समाजाचे तीन वर्ग किंवा वर्ण आहेतः-(१) ब्राह्मण, (२) ब्राह्मणेतर, (३) अस्पृश्य. हे वर्गीकरण हिंदू समाजाच्या चातुर्वर्ण्याशी जुळत नसले तरी वस्तुनिष्ठ परिस्थितीशी ते पूर्णपणे जुळते. कारण ब्राह्मणांमध्ये असा एक वर्ग आहे जो शाकाहारी आहे आणि ब्राह्मणेतरांमध्ये एक वर्ग आहे जो मांसाहारी आहे परंतु गोमांस खात नाही आणि अस्पृश्यांमध्ये गोमांस खाणारा देखील एक वर्ग आहे.

हे तिप्पट वर्गीकरण अमूर्त आहे आणि वास्तवाच्या जवळ जाणारे आहे. या वर्गीकरणाचा जर कोणी बारकाईने विचार केला तर ब्राह्मणेतरांची परिस्थिती विशेषतः त्याचे लक्ष वेधून घेईल. शाकाहारी असणे समजण्यासारखे आहे, मांसाहारी असणेही समजण्यासारखे आहे. पण मांसाहारी व्यक्तीने फक्त एकाच प्रकारचे मांस, गोमांस खाण्यास का आक्षेप घ्यावा हे समजणे कठीण आहे ? हे एक कोडे आहे जे सोडवणे

आवश्यक आहे. ब्राह्मणेतरांनी गोमांस खाणे का सोडले ? या कारणास्तव, या विषयाच्या नियमांचा अभ्यास करणे आवश्यक आहे. एकतर अशोकाच्या कायद्यात किंवा मनूच्या कायद्यात असेल. आपण अशोकापासून सुरूवात करू.

अशोकाचे तीन शिलालेख आहेत, जे या विषयाशी संबंधित आहेत. शिलालेख क्रमांक १. शिलालेख क्रमांक २ आणि ५ शिलालेख क्रमांक १ खालीलप्रमाणे आहेः-

'अयं धम्मलिपी देवान पियेन पियदसिना राजा लेखयिता इध न किचि जीवं अरभित्वा प्रजूहित्व न का समाजो कतथवा बहुकं हि दोसं समाज हि पसति देवन पियो पियदसी राजा । अस्ति पितु एकचा समाजा साधुमता देवानं पियस पियदसिनो राजो, पुरा महानसं हि देवानं पिय पियदसिनो राजो अनुदिसं लिपी लिखिता ती रात प्राणा आरभरे सूपाथाय, दो मोरा एको मगो सोपि मगो न धुबो एतेपि त्री प्राणा पथा न आराभसरे ।'

अर्थ : हे धर्म लेख देवतांना प्रिय अशा प्रियदर्शी राजाने लिहिले आहेत. इथे या राज्यात आणि राजधानीत कोणत्याही जीवाची हत्या होऊ नये आणि कोणाचेही दहन करू नये आणि कोणताही आनंदोत्सव साजरा करू नये, कारण देवांचा लाडका राजा समाजातील अनेक दोष पाहतो. (हा एक प्रकारचा 'समाज' उत्सव होता, ज्यामध्ये खेळ, नृत्य, गाणे, मांस खाणे, मद्य पिणे यालाच प्राधान्य असे) तथापि, एकप्रकारचा असा समाज आहे, ज्यांना देवांचा लाडका राजा आवडतो. पूर्वी, देवांचा लाडका राजा प्रियदर्शीच्या स्वयंपाकघरात, सूप बनवण्यासाठी दररोज हजारो प्राणी मारले जात होते, परंतु आतापासून जेव्हा हे शास्त्र लिहिले जात आहे तेव्हा फक्त तीन प्राणी मारले जातात (उदा. दोन मोर आणि एक हरीण. पण हरणाची हत्या हा नियम नाही. या तिन्ही प्राण्यांनाही भविष्यात मारले जाणार नाही.

लेख क्रमांक २ खालीलप्रमाणे आहेः-

'देवनाम पिये पियदसि लाजा हेवं आह-धम्म साधु कियं च धम्मे ति अपासिनवे बहुकयाने दया दाने सेच सोचय, चखुदन पि में बहुविधे दिने दुपद चतुपदसु पखिवालीचले सुविविधे में अनुगह करे आपान दाखिनाये मी च में बहुनि कयानानि करानि एताय में अठाए इयं धम्मलिपि लिखायिता हवं अनुपरिपजंतु पितिका च होतुतीति, ये च हेवं संवटिपजीसति से सुकट कद्दतीति."

अर्थः देवांचा प्रिय प्रियदर्शी राजा असे म्हणतोः-धर्म करणे चांगले आहे. पण धर्म म्हणजे काय ? मानसिक त्रास कमी करणे, अनेक शुभ कार्ये, दया, दान, सत्य आणि स्वच्छता (शुद्धता) पाळणे. मी देखील अनेक प्रकारे ज्ञानदान केले. मी द्विपाद, चतुष्पाद,

पक्षी आणि जलचर यांच्यावर खूप दया दाखवली. मी त्याला जीवन दान केले आणि इतर अनेक प्रकारचे उपकार केले. लोक त्यानुसार वागावेत आणि कायमस्वरूपी राहावेत म्हणून मी हा लेख लिहिला आहे. जो कोणी याचे पालन करेल त्याला आनंद होईल.

स्तंभ लेख क्रमांक ५ खालीलप्रमाणे आहेः-

'देवनं पियदसि लाजा हेवं सद बिसती बस अभिषितेन मे इमानि जातानि अवधियानि करानि से यथा सुके सालिका अलुसे चकवाके हंसे नंदीमुखे, गालाटे, जतुका, अवांक-पिलिका, दडी, अनठिकमच्छे, वेदवेयके, गंगापुटके, संकुजमचे, कफर सायके, पन्नससे सिमले संडके ओकापिंडे पलसते सेतकपोटे गामकपोते सवे चतुपदय परिभाग नो यति न च खादियादि एडका व सूकनी चा गमिनी पयकना व अवधिप पतके पिच कानि असमासिके वधिकपुटे नो कर वेये; तुसे साजिवे नो ज्ञानवेतिरे; दावे अमठावे वा विहिसाये बा नो भावेतवियें, जीवेन जीवे नो पुसितवियें तिसु चातुमासीसु तिसाय पु निमासिय तिनी दिवसानी चतुदसं पन्नउसाय परिपदाये धुवाये चा अनुपोस्थ मछेअध्यिये नोपि वाकितवियें, एतानि चेव दिवरानि नागवानसि केवटभो-गसियानी अन्नानि पि जीवनकायानि नो हंत वियानि अठ्ठमी परवाये चातुदसाय पुन्नउसासय तिसाय पुनावसणे तीसू चातुं मासिसू सुदिवसाये गौने नो मिलखित वियें अजके एण्डये सुकले यवापि अन्ने निलखियति गौने ना निलखित वियें तिसाके पुनावसुने चातुमॉसिय चातुंमासि परवाये अस्वसा गोनसा लखणे नो करविये याव सड्डूविसति वस अभिसितेनं में एताय अंतलिकाय पन्नविसति बन्धनमोखानि करणि ।"

अर्थ : देवांचा प्रिय राजा प्रियदर्शी असे म्हणतो-माझ्या राज्याभिषेकाच्या २६ वर्षांनंतर मी या प्राण्यांना मारण्यास नकार दिला आहे. जसे सुगा, मैना, अरुण, चकोर, हंस, नंदीमू, गेलाट, जतुका (वटवाघुळ), अंबकपिलिका, दुडी (कासव), बिनकाट्याचा मासा, विद्वायक (जीवनजीवक), गंगापुतक, संकुजमत्स्य, कासव, पोर्क्युपिन, पर्नाशा, बरहसिनह, ओक, हरीण, पांढरे कबूतर, गावठी कबूतर आणि ते सर्व चार पायांचे प्राणी जे कोणत्याही प्रकारे वापरले जात नाहीत किंवा ते खात नाहीत. गाभण किंवा स्तनपान देणाऱ्या शेळ्या, मेंढ्या आणि डुक्कर आणि त्यांची सहा महिन्यांपर्यंतची पिल्ले मारू नयेत. कोंबड्यांना कापू नये. सजीव प्राण्यांसह भुसा जाळू नये. जीवांना हानी पोहोचवण्यासाठी किंवा हिंसाचार घडवण्यासाठी जंगलात आग लावू नये. एका सजीवाला मारून दुसऱ्या सजीवाला खाऊ घालू नये. दर चार महिन्यांतील तीन ऋतूतील तीन पौर्णिमेच्या दिवशी, पौष महिन्यातील पौर्णिमा, चतुर्दशी, अमावस्या

आणि प्रतिपदा या दिवशी आणि प्रत्येक उपवासाच्या दिवशी मासे मारले जाऊ नयेत किंवा विकू नयेत. या सर्व दिवसांमध्ये जंगलात आणि तलावांमध्ये हत्ती आणि इतर कोणत्याही प्रकारचे प्राणी मारले जाऊ नयेत. प्रत्येक पक्षाची अष्टमी, चतुर्दशी, अमावस्या किंवा पौर्णिमेला आणि पुष्य व पुनर्वास नक्षत्राच्या दिवशी, प्रत्येक चातुर्मासातील पौर्णिमेला होम करू नये. पुष्य आणि पुनर्वास नक्षत्र, प्रत्येक चातुर्मासातील पौर्णिमेला आणि प्रत्येक चातुर्मासाच्या शुक्ल पक्षाच्या दिवशी घोडे आणि बैल यांचा व्यापार करू नये. माझ्या राज्याभिषेकानंतर २६ वर्षात मी २५ वेळा तुरुंगातून लोकांना सोडवले आहे. आत्तापर्यंत अशोक कायद्याची चर्चा होती.

आता आपण मनूकडे वळूया. त्याच्या नियमांमध्ये मांसाहारी आहाराबाबत पुढीलप्रमाणे नियम आहे :-

क्रव्यादाच्छकुनान्सर्वास्तथा ग्रामनिवासिन
अनिर्दिशष्टांश्चैकशफांष्टिभिं च विवर्जयेत ५-११

अर्थः जे कच्चे मांस (गिधाडे इ.) आणि गावात आणि खेड्यात राहणारे (कबुतर इ.) त्यांनी पक्ष्यांचे मांस खाऊ नये. ज्यांची नावे सांगितली नाहीत, असे एक खुर असलेले घोडे आणि गाढव इत्यादि अभक्ष्य आहेत. तितर पक्ष्याचे मांसही निषिद्ध आहे.

कलबिडक प्लंव हंस चकांद ग्रामकुक्कुटम ।
सारसं रज्जुवालं य दात्यूहं शकूसारिके ।। ५,१२

अर्थ : चिमण्या, पपीहा, हंस, चकवा, कोंबडा, सारक, बदक, रज्जुवल, पानकोंबडी, सुग्गा आणि मैना, या पक्षांचे मांस खाऊ नका.

प्रतुदाय्जालपदाश्च कोयष्टि नखविकिष्करान् ।
निमज्जतश्च मत्स्यादान्शोनं वल्वूरमेव च ।

अर्थः सुतारपक्षी आणि ज्यांच्या पायात जोळे आहे ते, पाणपक्षी, नखांनी मासे खाणारे पक्षी (बाळ इ.), पाण्यात बुडून मासे खातात, कत्तलखान्यातील मांस आणि सुकवलेले मांस निषिद्ध आहे.

बकं चैव बलाका खंजरीटकम ।
मत्स्यादन्विड वराहंश्चय मत्स्यानेव च सर्वशः ।५,१४

अर्थः बगळा, वलाका, द्रोणकाक, खंजन, मासे, खाण्यायोग्य पाण्यातील प्राणी (मगर इ.), रानडुक्कर आणि सर्व प्रकारचे मासे खाऊ नयेत.

योे यस्य मांसश्रा ति स तन्मांसाद उच्चते ।

मस्त्यादः सर्वमांसादतस्तस्मान्मत्स्यानिन्वर्जयेत :।५,१४

अर्थ : जो कोणाचे मांस खातो त्याला मांसभक्षक म्हणतात. मासा सर्वांचे मांस खातो, जो मासा खातो तो सर्व मांस खाणारा आहे, म्हणून मासे खाऊ नका.

पाठीनरोहितावाद्यौ नियुक्तौ हज्यकव्ययो :।

राजीवा सिंह तुण्डाच्च सशल्काश्चैव सर्वशः ५,१६

अर्थ : पाठीन (बुआरी) आणि रोहित (रोहू) मासा हायकाय साठी प्रशस्त सांगितली आहे । राजीव, सिंहतुण्ड आणि मोठ्या खवल्याचे सर्व मासे खाण्यायोग्य आहेत.

त्यांना राजाची चोच आणि सिंहाची माने सुद्धा दिसली ज्याच्या सर्व खवले आहेत. ५,१६

न भक्षयेदेकचरानज्ञातांछ मृगद्विजान ।

भक्ष्येष्वपि समुद्दिष्टान्सर्वान्पय्च मृगद्विजान ।। १,१७

अर्थ : चालणारे व एकटे राहणारे प्राणी, आपल्या परिचयाचे नसलेले प्राणी व पक्षी आणि पाच नखे असलेली माकडं वगैरे खाऊ नका.

श्वाविध शल्यक गोधा खंडकूर्मशशांस्तथ ।

भक्ष्यान्पय्चनखेष्वाहुरनुष्ट्राश्वैकतोदतः ।।

अर्थ : पाच नखाचे सेंध, कुत्रे, कासव, गायी, आणि ससे. असे म्हटले जाते की उंट, बकऱ्या वगळता इतर प्राणी खाण्यायोग्य आहेत.

प्राण्याच्या हत्येच्या संदर्भात अशोक आणि मनुचे जे कायदे आहेत, त्याबद्दल बोलू. निस्संदेह आपला विषय आहे गोहत्या. अशोकाचा कायदा तपासला तर प्रश्न पडतो की गोहत्येला बंदी होती का ? याबाबत दुमत असल्याचे दिसते. प्रो. व्हिन्सेंट स्मिथचे मत आहे की अशोकाने गोहत्येला बंदी घातली नाही. अशोकाच्या कायद्यांवर भाष्य करताना प्रा. स्मिथ म्हणतोः-

'हे लक्षात घेण्यासारखे आहे की अशोक कायद्यात गोहत्या प्रतिबंधित नाही; ते बेकायदेशीर आहे असे वाटत नाही.'

प्रो. राधाकुमुद मुखर्जी प्रा. स्मिथसोबत सहमत नाही, तो म्हणतो की अशोकाने गोहत्या पूर्णपणे बंद केली होती. प्रो. मुखर्जीचा कोनशिला कलम ५ मधील उल्लेख आहे जो खुनापासून दूर असलेल्या सर्व चतुष्पादांना लागू होता. अशा प्रकारे गोहत्येला सूट देण्यात आली, असा त्यांचा युक्तिवाद आहे. स्तंभ लेखात जे म्हटले आहे त्याचा हा योग्य अर्थ नाही. स्तंभातील विधान विशेष आहे. ते सर्व चतुष्पादांना लागू होत नाही. हे फक्त

त्या प्राण्यांना लागू होते जे 'कोणत्याही प्रकारे वापरले जात नाहीत आणि खात नाहीत.' आपण चतुष्पाद गाय म्हणू शकत नाही जी कोणत्याही कामासाठी वापरली जात नाही आणि खाल्ली जात नाही. असे दिसते की प्रा. अशोकाने गोहत्या थांबवली नाही हे स्मिथचे म्हणणे बरोबर आहे. प्रो. अशोकाच्या काळात गोमांस खाल्ले जात नव्हते असे सांगून मुखर्जी ही अडचण टाळण्याचा प्रयत्न करतात आणि म्हणून त्यांचा निषिद्ध आदेश गायीलाही लागू होतो. प्रो. मुखर्जी यांचे विधान पूर्णतः मूर्खपणाचे आहे, कारण गाय हा सर्व वर्गातील लोक खातात.

प्रो. अशोकाने गोहत्येवर कायद्याने बंदी घातली होती, हे त्याचे विशेष कर्तव्य आहे असे भासवण्यासाठी मुखर्जींप्रमाणे अशोकाच्या स्तंभावरील शिलालेखावरून ओढाताण करण्याची गरज नाही. अशोकाला गायीची विशेष काळजी नव्हती किंवा गायीला मारण्यापासून वाचवणे हे त्याने आपले विशेष कर्तव्य मानले नाही. अशोकाला प्रत्येक जीवावर दया दाखवायची होती, मग तो मनुष्य असो वा प्राणी. ज्या ठिकाणी विनाकारण प्राणी हत्या घडते त्या सर्व थांबवणे हे आपले कर्तव्य आहे हे त्याला माहीत होते. यामुळेच त्यांनी यज्ञांसाठी पशुहत्या करण्यास मनाई केली. त्याला हे अनावश्यक वाटले. जे काही उपयोगाचे नाहीत किंवा जे खात नाहीत अशा 'प्राण्यांना'ही त्यांनी मनाई केली.

अशोकाने विशेषतः गोहत्येविरोधात कोणताही कायदा केला नाही. जर आपण बौद्ध दृष्टिकोन समजून घेतला तर अशोकाला या प्रकरणात दोष देता येणार नाही.

जेव्हा आपण मनुचा विचार करतो, तेव्हा त्यानेही गोहत्येविरोधात कोणताही कायदा केला नाही, उलट खास प्रसंगी गोमांस खाणे अनिवार्य केले.

तर मग ब्राह्मणेतरांनी गोमांस खाणे का सोडले ? त्याच्या 'त्यागा'चे कोणतेच कारण दिसत नाहीत. पण यामागे काहीतरी कारण असावे. ब्राह्मणांचे अनुकरण करण्याच्या प्रयत्नात ब्राह्मणेतरांनी गोमांस खाणे सोडून दिले या कारणाचा मी विचार करू शकतो. ही एक नवीन सूचना असू शकते; पण ही एक अशक्य सूचना नाही. मिस्टर जाब्रिल तार्द नावाच्या फ्रेंच लेखकाने संस्कृतीबद्दल लिहिले आहे की ती स्वतःहून उच्च वर्गाच्या संस्कृतीची कॉपी केल्याने खालच्या वर्गात पसरते. ही कॉपी हळूहळू होत असली तरी, कोणत्याही नैसर्गिक नियमाप्रमाणे ते एखाद्या यंत्राप्रमाणे काम करते, जेब्रिल तार्द यांनी सांगितलेल्या कॉपीच्या नियमांपैकी एक म्हणजे खालच्या वर्गातील लोक नेहमी उच्च वर्गातील लोकांचे अनुकरण करतात. हे इतके सामान्य ज्ञान आहे की त्याची सत्यता क्वचितच कोणी नाकारेल.

अस्पृश्य कोण होते आणि ते अस्पृश्य कसे बनले? // ९१

ब्राह्मणेतर लोकांमध्ये जी गोपूजेची भावना निर्माण झाली आणि त्यांनी गोमांस खाणे बंद केले ते त्यांच्यापेक्षा उच्च दर्जाच्या ब्राह्मणांचे अनुकरण करण्याच्या प्रयत्नाचे फलित होते यात शंका नाही. गोपूजेच्या बाजूने ब्राह्मणांनी पुष्कळ प्रचार कार्य केले आहे हेही खरे आहे. गायत्री पुराण हे या प्रचार कार्याचे उदाहरण आहे. पण मुळात कॉपी करण्याच्या नैसर्गिक नियमाचाच हा परिणाम आहे. होय, आता यातून आणखी एक प्रश्न निर्माण होतो–ब्राह्मणांनी गोमांस खाणे का सोडले ?

१३.

ब्राह्मण शाकाहारी का झाले ?

ब्राह्मणेतर लोकांमध्ये क्रांती झाली हे स्पष्ट आहे. गोमांस सोडणे ही एक क्रांतीच होती. पण ब्राह्मणेतरांमध्ये क्रांती झाली तर ब्राह्मणांमध्ये दुहेरी प्रतिक्रांती जोमाने झाली. त्यांनी गोमांस खाणे सोडले, ही एक क्रांती होती आणि मांसाहार कायमचा सोडून शाकाहारी बनणे ही दुसरी क्रांती होती.

ती खरोखरच एक क्रांती होती. कारण एक काळ असा होता की ब्राह्मण हे सर्वात मोठे गोमांस खाणारे होते. ब्राह्मणेतर लोकही गोमांस खात असले तरी ते त्यांना रोज मिळत नसे. गाय हा एक मौल्यवान प्राणी होता आणि केवळ अन्नासाठी गायींना मारणे ब्राह्मणेतरांना फार कठीण होते. एखाद्या देवतेला प्रसन्न करण्यासाठी धार्मिक कर्तव्य किंवा वैयक्तिक हितसंबंधांमुळे ते केवळ विशिष्ट वेळीच असे करू शकत होते. पण ब्राह्मणाचे प्रकरण वेगळे होते. तो पुजारी होता. त्या कर्मकांडाच्या युगात क्वचितच असा एक दिवस असेल की एखाद्या यज्ञासाठी गाय मारली जात नसेल आणि ज्यात ब्राह्मणेतर एखाद्या ब्राह्मणाला बोलावत नसेल. ब्राह्मणासाठी प्रत्येक दिवस गोमांस खाण्याचा दिवस होता. म्हणूनच ब्राह्मण हे सर्वात मोठे मांसाहारी होते. ब्राह्मणांचा यज्ञ म्हणजे धर्माच्या नावाखाली निष्पाप प्राण्यांची हत्या करण्यापलीकडे दुसरे काही नव्हते. हे मोठ्या थाटामाटात केले जात असे आणि गोमांसाची लालसा लपवून ठेवण्यासाठी त्याला 'गूढ' बनविण्याचा प्रयत्न केला गेला. या गूढ वैभवाबद्दल काही माहिती ऐतरेय ब्राह्मण ग्रंथात पशुहत्येसंबंधी दिलेल्या माहितीवरून मिळू शकते.

प्राण्याला मारण्यापूर्वी, असंख्य दीर्घ आणि विविध मंत्रांसह प्राथमिक संस्कार केले जात असे. यज्ञातील मुख्य मुद्यांचे काल्पनिक उदाहरण देणे पुरेसे आहे. यज्ञस्तंभालाच 'युप' म्हणतात. यज्ञ स्थापनेपासून सुरू होतो. ऐतरेय ब्राह्मणांनी युपची गरज सांगितल्यानंतर त्याचा अर्थ असा दिला आहेः-

'ब्रजो वा एष यदियूपएं सो..ष्टाश्रिर्वे चग्रस्त तं प्रहरति ।
भातृव्याय वधं यो..तृत्स्तस्मै स्तर्तव, इति ।"
वज्रो वै यूपस एष दिषतो बध उद्यतरष्ठति तस्माद्वार येत्तहि यो
देष्टि तस्याप्रिय भवत्यमुष्ययायं यूपो..मुष्ययाय इति दृष्टवा, इति ।"

अर्थ : यूप एक शस्त्र आहे. त्याच्या टोकाला आठ कडा असाव्यात. कारण एका शस्त्र (लोखंडी गोळा) आठ कोपरे असतात. जेव्हा तो कोणत्याही शत्रूवर किंवा प्रतिस्पर्ध्यावर हल्ला करतो, तेव्हा तो त्याला तो मारतो. हे शस्त्र ज्याला भारावून टाकायचे आहे त्याला भारावून टाकते. यूप हे एक शस्त्र आहे, जे शत्रूचा नाश करण्यासाठी तयारच असते. यामुळे यज्ञ करणाऱ्याचा शत्रू, जो (यज्ञात) उपस्थित असेल, तो 'यप' ला पाहून दुःखप्राप्त होतो.

यज्ञ करणाऱ्याच्या उद्देशानुसार वेदीसाठी लाकूड वेगवेगळ्या प्रकारचे निवडले जाते. ऐतरेय ब्राह्मणात सांगितले आहेः

"खदिर यूप कुर्वीत स्वर्गकामः खदिरेण वै यूपिन देवाः स्वर्ग
लोकमयजयस्तथैवैतद्यजमानःखदिरेण यूपेन स्वर्ग लोक जयति, इति ।"

अर्थ : ज्याला स्वर्ग हवा आहे, त्याने खदीर लाकडाचा 'युप' बनवावा, कारण देवांनी खदीर लाकडाच्या 'युप'नेच दैवी जग जिंकले. तसेच यज्ञकर्ता खदिर लाकडापासून बनवलेल्या 'युप'नेच दिव्य जग जिंकतो.

'विल्वं यूप कुर्वीतान्नाद्यकामःला पुष्टिः समां समां बै विल्व
गृभीतस्तदन्नद्यस्य रूपमामूलाच्छाखाभिरनुचितस्तत्पष्टे, इति।"

अर्थ : ज्याला अन्न हवे आहे आणि त्याला लठ्ठ व्हायचे आहे, त्याने बेल (विल्व) लाकडाचे 'युप' बनवावे. वेलीच्या झाडाला दरवर्षी फळे येतात. हे प्रजननक्षमतेचे प्रतीक आहे कारण ते मुळापासून फांद्यांपर्यंत (वर्षानुवर्षे) आकारात वाढत असते, म्हणून ते लठ्ठपणाचे प्रतीक आहे. ज्याला हे माहित आहे आणि म्हणून लाकडापासून 'यूप' बनवतो, त्याची मुले आणि प्राणी लठ्ठ असतील.

पुष्यति प्रजा च पशूश्च य एवं विद्वान्चल्वं यूप कुरूते, इति ।
यदेव वैल्वां ३ ज्योरिति वा आचक्षते, इति ।
ज्योतिः वेषू भवति श्रेष्ठः स्वानांबवति य एवं वेद, इति ।

अर्थ : बेलच्या लाकडापासून बनवलेल्या युपबद्दल इतकेच सांगायचे आहे की जो विल्वला वारंवार 'प्रकाश' म्हणतो आणि तो स्वतःच 'प्रकाश' होतो आणि स्वतःच्या अधिकारात सर्वोत्तम.

पलाशं यूप तेजकसमो ब्राह्मवर्चकाकस्तेजो वै ब्रह्मवर्चसं बनस्पताना पा इति ।

अर्थ : 'कमळ ही वेदी आहे, प्रकाश ब्रह्मवर्चकासारखा आहे, प्रकाश ब्रह्मवर्चक आहे आणि वृक्ष हे वृक्ष आहेत.

अर्थ : ज्याला सौंदर्य आणि पवित्र ज्ञान हवे आहे त्याने त्याचे 'यूप' पलाश लाकडापासून बनावे. कारण पलाश हे सौंदर्य आणि पवित्र ज्ञानाचे झाड आहे. ज्याला हे माहीत आहे आणि म्हणून तो पलास लाकडापासून 'युप' बनवतो, तो सुंदर बनतो आणि पवित्र ज्ञान प्राप्त करतो.

''यदेव पालाशं सर्वेषां वा वनस्पतीनां योनिर्यत्पलाशस्तस्मात्पलाशस्यैव
पलशेना चक्षते मुष्य पलाशमण्य पलाशमिति इति ।
सर्वेषां हास्य वनस्पतीना काम उपाप्तो भरति य यवं वेद, इति ।

अर्थ : पालाशच्या लाकडापासून बनलेल्या 'यूप' च्या संदर्भात (इतके आणखी विधान आहे) की पलाश सर्व वनस्पतींचा गर्भ आहे. म्हणून ते या किंवा त्या वृक्षाच्या पलाश बद्दल बोलतात, ज्याला हे त्याच्या सर्व इच्छा, एखाद्या वृक्षापासून का असेना, पूर्ण होते.

यानंतर 'युप'चा अभिषेक सोहळा अंज्जमो ।
युपमनुब्रु होत्याहाध्वर्यः अतन्ति त्वमध्वरे देवयन्त इत्यन्चाह, इति ।
अध्वरे से नं देवयन्तो ज्जन्ति, वनस्पते मधुना देवेनेत्येतद्वै मधु देव्यं यदाज्यम,
यदूध्वरिस्त्ष्ठा द्रविणेह धत्ताद्यद्वा क्षयो मातुरस्या उपस्थ, इति ।
यदि च तिष्ठासि यदि च शयासै द्रविणमेवास्मासु धत्तदित्येव तदाह, इति ।

अर्थ : अध्यर्बु म्हणतात- 'आम्ही 'युप'चा अभिषेक करतो. अपेक्षित मंत्र पठण करतो. आवश्यक मंत्र जपतो.' 'अंजंति त्वां अध्वरे' म्हणजेच हे वृक्ष पुजारी दैवी मधाने तुमचे स्वागत करतो. जर तुम्ही इथे सरळ उभे असाल, किंवा तुम्ही तुमच्या आईवर (पृथ्वी) पडलेले असाल तर आम्हाला संपत्ती द्या.' 'दिव्य-मधु' हे वितळलेले लोणी आहे ज्याने पुजारी 'युप' चा अभिषेक करतात. आदी अर्धे मंत्र 'आम्हाला द्या' आदीचा अर्थ आहे 'तुम्ही उभे असाल किंवा पडून असाल, आम्हाला धन द्या' (३,८,१)

'जातो जाएते सुदिनत्वे अन्हमिति, इति.
जातो ह्योष एतजाएते, इति ।
समर्थ आ विदथे वर्धमान इति । वर्धयन्त्येवैनं तत् इति ।
पुनन्ति धीरा अपसो मनीषेति पुनन्त्यवैनं तत् इति ।
देवया वित्त उदियति वाचमिति देवभ्य एवैनं तन्निवेदयति इति ।''

अर्थ : (मग पुनरावृत्ती करतो) 'उत्पत्तीनंतर तो (युप) त्याच्या आयुष्याच्या मध्यकाळात मर्त्य पुरुषांच्या यज्ञांचा आनंद घेण्यासाठी येतो. बुद्धिमान लोक त्याला (युपला) सजवण्यात गुंतलेले असतात. तो देवांचा दूत आहे जो देवतांच्या प्रवचनात पारंगत असलेला तो आपला आवाज देवांना ऐकू येईल. तो (यूप) जात अर्थात उत्पन्न म्हणण्यात येते, कारण तो या श्लोकाच्या पहिल्या श्लोकाच्या उच्चारातून जन्माला आला आहे. वर्धमान या शब्दाने (शब्दावरून) अर्थात 'वाढणे' वरून ते त्याला (यूपला)अशाप्रकारे वाढवतात. पुनन्ति (शब्दावरून) अर्थात पवित्र करणे, सजवून ते त्याला अशाप्रकारे पवित्र करतात. ''एक व्याख्यान-कुशल दूत' शब्दावरून ते देवतांना यूपच्या अस्तित्त्वाची माहिती देतात.

'व्याख्यान- कुशल दूत' या शब्दांनी तो वेदीच्या अस्तित्वाची देवतांना माहिती देतो. होता यज्ञस्तंभाला अभिषेक करून विधी पूर्ण करतो. त्या वेळी तो असे वाचतोः

'युवा सुवासा परिवीत आगादित्युतमया परिदधाति, इति ।

प्रणो वै युवा सुवासः सोयम् शारीरैः परिवृत्तः इति ।

स उ श्रेयान् भवति जाएमन इति श्रेयाच्छे यान्होष एतद्भवति जायमान; इति तं धीरासः कवय उन्नयन्ति स्वाध्यो मनसा देवयन्त इति ये वा अनूचानास्ते कवयस्त वैनं तदुन्नयन्ति इति ।

अर्थ : म्हणजे युपचे आगमन पट्टीने सजवलेले होते. हे (आजपर्यंत निर्माण झालेल्या सर्व झाडांपेक्षा) मोठे आहे, ज्ञानी पुजारी स्वतःमध्ये सुव्यवस्थित विचारांच्या मंत्रांचे उच्चारण करून ते वाढवतात. पट्टीने सुशोभित केलेले तरुण हे शरीराच्या अवयवांनी झाकलेले जीवन देणारा वायु (आत्मा) आहे. जे शरीराच्या अंगाद्वारे झाकलेले आहे. इत्यादी शब्दांचा त्याचा अर्थ असा होतो की ते अधिक उत्कृष्ट, सुंदर होत चालले आहे) या मंत्राच्या सामर्थ्याने.

पुढील विधी म्हणजे यज्ञस्तंभाची अग्नीने प्रदक्षिणा करणे. याबाबत ऐतरेय ब्राह्मणाकडे खालील माहिती आहे-

'पर्यग्नेय क्रियाणामनुबू हीत्याध्वर्य, इति ।

अग्निर्होता नो अध्वर इति तृचमाग्नेयं गायत्रमन्वाह पर्यग्नि क्रिमाने स्वयैवैना तदैवतय स्वेनच्छान्दसा समर्धति, इति ।

अर्थ : प्राण्याच्या चोहीबाजूने अग्नी फिरवल्यावर अध्वर्यू होताला म्हणतो -तुझा मंत्र जप. त्यानंतर, अग्नीला संबोधून, ते गायत्री श्लोकांमध्ये रचलेले तीन मंत्र म्हणतात, 'अग्नीर' होता नो अध्वरे... (४, १५, १-३) म्हणजेच (१) आपला पुजारी 'अग्नी'

एका घोड्यासारखा फिरवला जात आहे. तो देवतांमध्ये यज्ञाचा देवता आहे. (२) एका सारथ्याप्रमाणे अग्नि यज्ञाजवळून तीनदा जातो, तो देवतांकडे आहुती घेऊन जातो. (३) भोजनाचा अधिष्ठाता 'अग्निऋषी', प्रसादाभोवती फिरले. तो यज्ञकर्त्याला धन देतो.

वाजी सन्परिणीयत इति वाजिनमिव ह्येन सन्तं परिणयन्ति इति ।

अस्पृष्य कोण होते आणि ते अस्पृष्य कसे झाले ?

परित्रिविष्टयध्वरं यात्यग्नी रथीरिवेत्यष हि रथीरिवाध्वरं परियाति, इति ।

परिवाजपति कविरित्येष हि वाजानां पति इति ।"

अर्थ : जेव्हा अग्नी प्राण्याभोवती वाहून नेला जातो तेव्हा तो त्याची देवता आणि छंद यांच्याद्वारे प्रसिद्ध करतो. तो 'एक घोड्यासारखे वाहून नेते' याचा अर्थ असा की ते त्याला फिरवतात जणू तो एखादा घोडा आहे. एका सारथ्याप्रमाणे (वेगाने) अग्नी तीनदा यज्ञाच्या जवळून जातो' याचा अर्थ असा की तो (भोजन अधिष्ठाता) आहे, कारण तो (वेगवेगळ्या) भोजनाचा अधिष्ठाता आहे.

अर्ध्वय म्हणतो-अत्तः उपप्रेष्य होतर्हव्या देवेभ्य इत्याहाध्वर्यः इति ।"

अर्थ : हे होता ! देवतांना आहुती देण्याशिवाय आज्ञा देण्यात यावी । तेव्हा होता बधिकांना आदेश देतो.

दैव्य शमितार आरभध्वमुत मनुष्या इत्याह, ये चैव देवानां
शमितारो ये च मनुष्याणां ताणेव तस्सशास्ति, इति ।

अर्थ : हे दिव्य बधिको ! (आपले कार्य) आरंभ करा आणि तुम्ही जो मानवीय बधिक आहात, ते देखील. याचा अर्थ असा की तो सर्व बधिकांना, मग ते देवतापैकी असतील, लोकांपैकी असतील, आज्ञा देतो त्यांनी (आरंभ करावा)

'उपनयत मेध्या आशासनाना मेध पतिभ्यां मेघमिती, इति ।'

अर्थ : हत्येची शस्त्रे इकडे आणा, यज्ञाच्या दोन स्वामींच्या वतीने तुम्ही लोक काय आज्ञा देत आहात.

'पशुचें मे.ा यजमानो मेधमेधपतिर्यजमानमेव तत्स्वेन मेधेन समर्धयति, इति ।

अथो खल्वाहुर्यस्यै वारकस्यै च देवतायै पशुरालभ्यते सैव मधपतिरिति, इति ।

"यद्येकदेवत्यः पशु : स्यान्मेधपतय इति ब्रयाद्यादि द्विवेवत्यों
मेधपतिभ्यामिति यदि बहुदेवत्यो मेधपतिभ्यत इत्येतदेव स्थितम्, इति ।

अर्थ : पशु आहुती आहेत, यज्ञ, कर्ता आहुतीचा मालक आहे. अशाप्रकारे होता यज्ञकर्त्याला त्याच्या आहुतीमुळे यशस्वी बनवतो. म्हणून ते सत्यकथन करतात, ज्या

देवतेसाठी प्राण्याचा बळी दिला जातो, तोच त्याचा मालक आहे. जर एकाच देवतेसाठी प्राण्याचा बळी दिला जातो, तर पुरोहितानी सांगायला हवे, 'मेधपतय' अर्थात यज्ञाच्या मालकासाठी (एक वचन) जर दोन देवतांसाठी, तर त्याने दोन वचनाचा उपयाग करायला हवा-यज्ञाच्या दोन मालकांसाठी. जर अनेक देवतांसाठी, त्याने अनेकवचनाचा उपयोग करायला हवा-यज्ञाच्या मालकांसाठी. असे शास्त्र सांगते.

प्राष्मा अग्नि भरतेति, इति ।

पशुवै नीयमानः मृत्यु प्रापश्यत्स देवानान्कामयतैतुं तं देवा अब्रु
वर्षेही स्वर्ग वै त्वा लोका गमिष्याम इति स तथेत्यब्रवीत्स्य वै में युष्माकमेकः
पुरस्तादेत्विति तथेति तस्याग्निः पुरस्तादैवत्सो ग्नि मनुप्राच्यवत, इति ।
तस्मादाहुरोग्नेयो वाव सर्वः पशुरग्नि हि सो नुप्राच्यवेतेति, इति ।
तस्माद्धस्याग्निपुरस्ताद्धरन्ति, इति ।

अर्थ : तुम्ही त्याच्यासाठी अग्नी आणा. जनावरांना कत्तलीच्या ठिकाणी नेले असता समोर त्याला मृत्यू दिसला. त्याला देवांकडे जायचे नव्हते, मग देवांनी त्याला सांगितले -'चल, आम्ही तुला स्वर्गात नेऊ.' प्राणी सहमत झाला आणि म्हणाला, 'तुमच्यापैकी एकाने माझ्या पुढे चालावे.' देवांनी मान्य केले. मग अग्नि प्राण्याच्या पुढे चालत गेला आणि मागे गेला. म्हणूनच ते म्हणतात की प्रत्येक प्राण्यावर अग्निचा अधिकार आहे, कारण प्राणी अग्नीचे अनुसरण करतात. म्हणूनच ते जनावरासमोर अग्नी वाहतात.

'तृणीत वर्हिरित्याषध्यात्मा वं पशुः पशुमेव तत्सर्वात्मानं करोति, इति ।

अर्थ : पवित्र दूध पसरवा ! प्राणी वनस्पतींवर जगतात. होता अशा प्रकारे प्राण्याला त्याचा संपूर्ण आत्मा देतो, (कारण वनस्पती त्याचा एक भाग मानली जाते).

जनावराभोवती अग्नी प्रदक्षिणा केल्यावर तो प्राणी यज्ञासाठी पुरोहितांकडे दिला जातो. यज्ञासाठी प्राणी कोणाला अर्पण करावे ? या बाबत ऐतरेय ब्राह्मणाचा आदेश आहेः-

"अन्वेनं माता मन्यातामनु पितानु भ्राता सगर्यो नु सखा सयूथ्य इति ।
जनिवैरेधैन तत्समनु मतमालभन्ते इति ।"

अर्थ : माता, पिता, भाऊ, बहीण, मित्र आणि साथीदार यांनी पशु वधासाठी शरण जावे. (ज्या क्षणी हे शब्द म्हटल्या जातात त्या क्षणी, ते प्राण्याला पकडतात, ज्याबद्दल असे समजले जाते की पालकांनी त्यांना कायमचे त्यागले आहे.)

ही माहिती वाचून आश्चर्य वाटते-यज्ञासाठी प्राणी अर्पण करण्याच्या संस्कारात

जवळजवळ प्रत्येकाने भाग घेणे का आवश्यक आहे ? कारण स्पष्ट आहे. यज्ञात सहभागी होण्यासाठी अधिकृत पुरोहितांची संख्या सतरा होती. साहजिकच त्यांना मृत प्राण्याचे संपूर्ण शव स्वतःसाठी पाहिजे असते. म्हणजे ब्राह्मणांनाच सर्व शरीर पाहिजे असते. केवळ प्राण्याची टांगच यज्ञकर्त्या आणि त्याच्या पत्नीच्या वाट्याला येत असे.

ब्राह्मणांना त्या प्राण्याचे संपूर्ण शरीर देखील मिळू शकले नाही तरी, सतरा पुराहितांमध्ये वाटून घेत असत. नियमानुसार कोणत्याही प्रकारचा हक्क सांगू शकणाऱ्या प्रत्येक व्यक्तीने तो अधिकार सोडल्यानंतरच ब्राह्मणांना उर्वरीत शरीर मिळत नव्हते. त्यामुळेच सांगितलेल्या माहितीमध्ये प्राण्यासोबत आलेल्या लोकांनीही प्राण्यावरचे अधिकार त्यागावेत असा आदेश दिला आहे.

आता प्राणी मारण्याची 'विधी येतो' ऐतरेय ब्राह्मण बळी देण्याचा विधी पुढीलप्रमाणे सांगतात.

"उदाचीनां अस्य पदो निधत्तं, तूसूर्य चक्षुगर्भयतात् वात प्राणमन्चवसृज्ञतात।
अन्तक्षरिमसू दिशः श्रोत्र पृथिव शरीरमित्येष्वेनं तल्लोकेष्वाधाति ।"

अर्थ : त्याचे पाय उत्तरेकडे वळवा. त्याचे डोळे सूर्याकडे, श्वास हवेकडे,
त्याची जीवनाची हवा, त्याचे श्रवण दिशांना आणि त्याचे शरीर पृथ्वीवर सोपवा. अशा प्रकारे (होतृ) ते जगाशी जोडते.

"एकधा स्य त्वचमाच्छयातात्म परा नाभ्या अपिशसोमु
वपामुत्खिदातदन्तरेथोष्माणां वरयध्वादिति पशुवेष्व तत् प्राणा दधाति ।"

अर्थ : (न कापता) सर्व त्वचा काढून टाका. नाभी कापण्यापूर्वी ओझाडी फाडून टाका. त्याचा श्वास आतल्या आत रोखा. (तोंड बंद करून). अशा प्रकारे तो होता प्राण्यांमध्ये श्वास टाकतो.

'श्येनमस्य वक्षः कृणुतात प्रशसा बाहू शाला दोषणी अश्यपेवांसा च्छिद्रे श्रोणी
कवपोषरूस्तेकपर्णादष्ठीवन्ना षड्डू विंशतिरस्य वङ्क्रयस्ता अनुष्ठयो च्यावयतादू ।
गात्र गोत्रमस्या नूने कृणुताः दित्यंगान्येवात्य तद्र गात्रणि प्रीणति ।

अर्थ : त्याच्या छातीचा एक तुकडा गरुडाच्या आकाराचा होता, त्याच्या काळया हातांचे दोन तुकडे कुऱ्हाडीच्या आकाराचे होते, त्याच्या पुढच्या पायांचे दोन तुकडे भाताच्या केसांच्या आकाराचे होते, त्याच्या खांद्याचे दोन तुकडे होते. दोन शेवाळांचा आकार, कमरेच्या खालचा भाग अखंड ठेवावा, मांडीचे दोन तुकडे केसांच्या आकारात, दोन्ही गुडघ्यांचे दोन तुकडे पानांच्या आकारात, त्याच्या २६ फासळया बाहेर काढाव्यात. त्याचा प्रत्येक भाग सुरक्षित ठेवला पाहिजे. अशा प्रकारे त्याला त्याच्या सर्व भागांसाठी फायदे मिळतात.

यज्ञासाठी प्राण्यांच्या हत्येबाबत दोन विधी राहिले आहेत. एक म्हणजे कसाई म्हणून काम करणाऱ्या ब्राह्मण पुजाऱ्याला 'हत्या'च्या पापातून मुक्त करण्याचा विधी. सैद्धांतिकदृष्ट्या ते मारेकरी मानले जातील कारण प्राणी हा फक्त बळी देणाऱ्याचा पर्याय आहे. त्यांना 'हत्या'च्या परिणामापासून वाचवण्यासाठी ऐतरेय ब्राह्मणांनी होतृला पुढील आज्ञा दिली आहे.

'वनिष्ट मस्य वा रविष्टोकं मन्यमाना नेटुवतस्तो के तनये रवितारखच्छमितार इति
ये चैव देवाना शमितारो ये च मनुष्याणा तेभ्य एवैनं तत्र परिगधाति ।"

अर्थ : घुबडाच्या आकाराची ओझाडी कापू नका, जी घुबडाच्या आकाराची असते आणि तुमची मुले किंवा घरात कोणी असा असू नये, जो त्याला कापतो." हे शब्द सांगून तो देव आणि मानव या दोघांमधील जो हत्यारा आहे, त्याला देतो.

मग तो होतृला तीन वेळा म्हणायचाः-

अधिगो शमीध्वं सुशमि शमेध्वं शमीध्वमध्रिगो ३ उ इति त्रिबू यादयापेति घाधयिुव
देवानां शमिता पापो निग्रमीता शभितृभ्यश्चवैनं तन्निग्रमीतृभ्यश्च सवप्रयच्छिति ।

अर्थ : हे अधिग्रु ! आणि इतरानो ! पशुंची हत्या करा, ती चांगल्याप्रकारे करा, याचा वध करा, हे अधिग्रु ! प्राण्याला मारल्यानंतर ते तीन वेळा म्हणावे. या हत्येचे परिणाम माझ्यावर होऊ दे. कारण देवांमध्ये प्राण्याला शांत करणारा अधिग्रु आणि त्याला खाली पाडणारा अधिग्रु (दूर) आहे. हे शब्द बोलून तो प्राणी त्यांच्या स्वाधीन करतो. जे त्याचं तोंड बंद करून त्याला शांत करतात, आणि त्यांना जे त्याचा बळी देतात.

मग होतृ जप करतातः-

'शमितारो यदत्र सुकृतं कृणवथास्मासु तद यदुष्कृतमन्यत्र तदित्याहग्निवें देवाना
होता सीत से एन वाचा व्यशात वाचा वा एनं होता विशास्ति तद्र यर्वाग्र यत्परः
कुन्तन्ति यदुल्वणं गथुरं क्रियते शनितृभ्यर्श्चवैनत्तत्रिग्रमीतृभ्यश्च समुनदिशति स्वरस्त्ये
व हो तोन्मुख सर्वायुः सर्वायुत्वाय । सर्वमायुरोति य एवं वेदा ।"

अर्थ : हे बधिको ! तुझे पुण्य इथे आमच्यात राहो; तुमची पापे दुसरीकडे जावोत. होतृ त्या कथनाने पशु हत्येची आज्ञा देतो. कारण की जेव्हा अग्नी देवांचा यजमान होता तेव्हा त्यानेही या शब्दांनी प्राण्यांना मारण्याचा आदेशही दिला होता.

वरील जप करून, होत्री त्या प्राण्यांचा श्वास थांबवणाऱ्यांना किंवा त्याचा एक तुकडा खूप मोठा केल्याने किंवा दुसरा तुकडा खूप लहान केल्याने होणाऱ्या पापाच्या दुष्परिणामांपासून मुक्त होतो. याचा आनंद घेत होतृ सर्व पापांपासून मुक्त स्वतःला

मुक्त करतो. ज्याला हे ज्ञान झाले आहे, तो त्याचं पूर्ण आयुष्य प्राप्त करतो.

यानंतर ऐतरेय ब्राह्मण मृत प्राण्याच्या शरीराच्या भागाची विल्हेवाट लावण्याच्या प्रश्नावर विचार करतो. त्याचा आदेश आहेः

"ऊवध्यगोह पार्थिवं खनतादिस्याहौषधं या ऊवध्यमियं वा
औषधीना प्रतिष्ठा तदेनत्स त्वायामेव प्रतिष्ठायामन्ततः प्रतिष्ठापयतीति ।
अस्ना रक्षः संसृजतादित्याह तुर्षेवे फलीकरणैर्देवा हविर्यक्षेभ्यो रक्षांसि निरभजत्रस्ना महायज्ञात्सः यदस्ना रक्षा संसृजतादित्याह रक्षास्येव तत्स्वेन भागधेयेन यज्ञान्निरवदयते इति ।
तदान यज्ञे रक्षासा कीर्तयेत्कानि रक्षांसृतेरक्षा वे यज्ञ, इति ।
तदु वा आहु : कीतियेदेव, इति ।"
यो वै भागिनं भागान्न दते चयते वेनं न चयते थ पुत्रमथ पौत्र्ञ चयते त्वेषैनिमित्ति, इति।
से यदि कीर्तयेदुषांशु कीयेत्तिर इव वा एतद्वाचो यदुपांश तिर इवैतद्यद्रक्षांसि इति।
अथ यदुच्चैः कीतयदाश्वरी हास्यवाचो रक्षो भाषो जनितो इति।
'या वं वदति नाम्य प्रजाया द्रप्त आजायते वाक, इति।,
ना त्मना दृत्यति नाम्य प्रजाया दृप्त आतायते एवं वंद, इति।

अर्थ : याचे शेण लपविण्यासाठी जमिनीत एक खोल खड्डा खोदा. शेण वनस्पतीपासून बनते. कारण की पृथ्वी वनस्पतीचे स्थान आहे. म्हणून होतृ अन्त शेवटी शेणाला त्याच्या योग्य ठिकाणी ठेवतो. प्रेतात्म्याला रक्त द्या, कारण की एकदा देवतांनी प्रेतात्म्याला हविर्यज्ञ पोर्झिमा तसेच प्रतिपदेच्या दिवशी बळीला त्याचा हिस्सा दिला नाही, त्यांनी भुसा आणि केवळ लहान धन्य दिले आणि नंतर त्यांना सोम तसेच पशु-यज्ञ सारख्या यज्ञातून काढलेले रक्त दिले. म्हणून होतृ या मंत्राचा जप करतो, प्रेतात्म्याला रक्त द्या. त्यांना हा हिस्सा देऊन त्यांना पुन्हा यज्ञातले काहीही दिल्या जात नाही. ते म्हणतात की वाईट आत्म्याला यज्ञाच्यावेळी आठवले नाही पाहिजे. राक्षस, असुर, वाईट आत्मा कोणीही असो, कारण यज्ञ ते नसताना पार पाडले पाहिजेत. परंतु काहींना वाटतं की त्यांना बोलावले पाहिजे. कारण कोणी एखाद्याला त्याच्या हक्कापासून वंचित करीत असेल तर तो ज्याला वंचित करील, तो त्याला त्रास देईल. त्याला जर ती शिक्षा नाही मिळाली तर त्याच्या पुत्राला, आणि त्यालाही नाही मिळाली तर त्याच्या पुत्राला शिक्षा भोगावीच लागेल. जी शिक्षा तुम्हाला मिळणार आहे ती शिक्षा तुमच्या पुत्राला किंवा नातवाला मिळणारच.

ते काहीही असो, होतृने आवाहन केल्यास त्याने ते मृदु स्वरात करावे, कारण मृदु स्वर आणि प्रेत आत्मा दोघेही आसपास असतात. तो जर मोठ्याने बोलला तर ती प्रेतात्म्याची भाषा असते, तो राक्षस स्वरात बोलण्याची शक्यता असते (भयानक स्वर) ज्या स्वरात क्रोधी आणि तसेच दारूडा बोलतो, ती राक्षसाची भाषा आहे. ज्याला हे ज्ञान आहे, तो स्वतः ना क्रोध करील, ना तसा त्याचा पुत्र असेल.

मग उरते ते अंतिम संस्कार, प्राण्यांच्या शरीराचे अवयव देवी-देवतांना अर्पण करण्याचे संस्कार. याला 'मनोत' म्हणतात. आत्रेय ब्राह्मणांच्या मतेः-

मनातायें हबिषो वदीयमानस्यानुब्रूहीत्याहाध्वर्युः इति।

त्वं हग्ने प्रथमो मनोतेति सुक्तमन्वाह, इति।

अर्थ : अध्वर्यू होतृला म्हणतो, 'मनोतासाठी कापलेले यज्ञातील शरीराचे अवयव देवांना अर्पण करण्यासाठी योग्य मंत्र म्हणा.' मग तो हा मंत्र म्हणतो- 'हे अग्नी ! तूं प्रथम मनोत हो.'

आता जनावरांच्या मांसाच्या वाटपाचा प्रश्न शिल्लक राहिला. याबाबत ऐतरेय ब्राह्मणाचे निर्णय अशाप्रकारे आहेः

अर्थातः पशोर्विभस्तय विभाग वक्ष्यामः इति"

"हनु सजिहे प्रस्तोतुः श्येन वक्ष उद्धातः कंठ काकुदः प्रतिहर्त दक्षिण श्रोणिर्होतुः सव्या ब्राह्मणो

दक्षिणा सक्थि मैत्रावरूणस्य सव्यं ब्राह्मणाच्कुसिनो दक्षिणं पारशव मांसमध्वर्योः सव्यमुपगातृणां

सर्वो संः प्रतिस्थातुर्दक्षिणं दोर्नेष्टुः सव्यं पोतदक्षिण ऊचरच्छावाक्यस्य सव्य अग्निध्रस्य दक्षिण

बाहुराब्रेयस्य सव्यः सदस्यस्य सदं चानूकं च गृहपतेर्दक्षिण पार्दो गृहपतेर्बत पदस्य सव्या पादौ गृहपति

भार्यार्य व्रतपदस्यौष्ठस्तया साधारण भरति तं गृहपतिरेव प्रशिष्याज्जघनी पत्नीभ्यो हरन्ति तां ब्राह्मणाय

दद्युः स्कन्ध्याश्च मणिकांस्तस्त्रश्च कीकसा ग्रावसुतस्तिस्त्रश्चैव कीकसा अर्ध च वकर्तस्योन्तेतुरध चेव

वैकर्तस्य क्लोमा च शमितुस्तद्वाह्मणाय दद्याद्यब्राह्मण न्याच्छिरः सुब्रम्हण्यायः श्वः सुत्यां प्राह

तस्वाजिनामिश्रा सर्वेषां हौतुर्वा, इति।"

१०२ // अस्पृष्य कोण होते आणि ते अस्पृष्य कसे बनले?

अर्थ : आता यज्ञाचे प्राणी अनेक भागांतील पुरोहितांमध्ये वाटण्याचा प्रश्न उद्भवतो. आम्ही त्याचे वर्णन करू. जबड्याची हाडे आणि जीभ दोन्ही सादरकर्त्याला द्यायला हवी. गरुडाच्या आकारात, छाती उगाताला समर्पित आहे, गळा आणि टाळू प्रतिहर्ताला समर्पित आहे, कंबरेच्या खाली उजवी बाजू होतृला समर्पित आहे, डावी बाजू ब्रह्मदेवाला समर्पित आहे, उजवी मांडी मैत्रावरुणला समर्पित आहे, डावी बाजू ब्राह्मणाचासोला समर्पित आहे, खांद्याच्या बाजूची उजवी बाजू अध्वर्यूला समर्पित आहे आणि डावी बाजू मंत्रोच्चारासाठी समर्पित आहे, डावा खांदा प्रतिष्ठाना आहे, उजव्या हाताचा खालचा भाग (नेष्टा) ला, डाव्या हाताचा खालचा भाग नातवाकडे, उजव्या मांडीचा वरचा भाग अच्छावाककडे, डाव्या मांडीचा वरचा भाग अग्निधराकडे, डाव्या बाजूचा वरचा भाग ऐतरेयला, डाव्या हाताचा वरचा भाग सदस्याकडे जातो, पाठीचे हाड आणि अंडकोषांचा वरचा भाग सदस्याकडे जातो, पाठीचे हाड आणि अंडकोष यज्ञ करणाऱ्या गृहस्थाकडे जातात, डावा पाय मेजवाणी देणाऱ्या घरमालकाला, डावा पाय मेजवाणी देणाऱ्याच्या पतीच्या पत्नीला दिला जातो, ओठ घरमालकाला जो पती आणि पत्नीच्या समान अधिकारात असतो, जो पतीद्वारे विभागला जाईल. ते प्राण्यांची शेपटी त्यांच्या बायकांना देतात. परंतु ते त्यांनी एखाद्या ब्राह्मणालाच द्यावे. गळ्यात माणिक व तीन किकांचे ग्रवस्तुतला, तीन कीकस आणि पाठीचे मांस

अर्धासा कैकार्ता उन्मेताला, मानेवरील मांसल भाग, त्याचा अर्धा भाग हत्या करणाऱ्याला. हत्या करणारी व्यक्ती स्वतः ब्राह्मण नसेल तर ती ब्राह्मणाला द्यावी. हे मस्तक सुब्रमण्यला द्यावे, ज्यांनी काल सोम यज्ञाच्या वेळी (श्वासुत्या) सांगितले होते की, सोम यज्ञामध्ये बळी दिलेल्या प्राण्याचा भाग, जो यज्ञभोजाचा भाग आहे, तो सर्व पुरोहितांचा आहे, तो केवळ होतृसाठी ऐच्छिक आहे.

"ता वा एतः षटत्रिंशतमेपका यज्ञं वहन्ति षटत्रिंशदक्षरा वै बृहती ।
वार्हताः स्वार्गा लोकाः प्राणस्चैव तत्स्वंश्च लोकानाप्नुवंति प्राणेषु चैव तत्वगषु च
लोकोषु प्राताष्ठिन्तो यन्ति, इति।

अर्थ : बळी दिलेल्या प्राण्याच्या या सर्व तुकड्यांची संख्या ३६ आहे. प्रत्येक तुकडा श्लोकांच्या एका टप्प्याचे प्रतीक आहे ज्यातून यज्ञ केला जातो. बृहती छंदात ३६ शब्द-खंड आहेत; आणि परमात्मा जग बृहती स्वरूपाचे आहेत. अशा प्रकारे, प्राण्याचे ३६ भाग करून, त्यांना या जगामध्ये आणि स्वर्गात जीवन प्राप्त होते; आणि (हे आणि ते जग) दोन्हीमध्ये स्वतःला स्थापित केल्यावर ते तिथे जातात.

"सः एष स्वर्यः पशुर्य एनमेवं विभजन्ति, इति।

ये तो न्याथा तद्यथा सेलगा था पापकृतो वा पशु विमन्थीरंस्तादक्तत, इति।

तां वा एता पशोर्विभक्ति श्रेत ऋषिदेवभागो विदां चकार तासू तामु हाप्राच्यैव वास्माल्लोकादुच्चक्रमत, इति।

तामु ह गिरिजाय बाभ्रव्यायामनुष्यः प्रोवाच ततो हैनामेतदर्वाड मनुष्य। अधीयते धीयते इति।

अर्थ : जे वरील पद्धतीने पशु मांसाचे वाटप करतात त्यांच्यासाठी ती स्वर्गाची पायरी बनते. पण याच्या विरुद्ध वाटणारे ते गुंड आणि खोडकर लोक आहेत, जे फक्त मांसाची लालसा भागवण्यासाठी प्राण्यांचा बळी देतात. यज्ञपशूंची ही विभागणी म्हणजे श्रुताचा पुत्र देवभाग याचा शोध आहे. हे जीवन सोडून जाताना त्यांनी हे रहस्य कुणालाही सोपवले नाही. पण काही अलौकिक देवदूताने बभ्रूचा मुलगा गिरिजा याला सर्व बातमी सांगितली. त्याच्या काळापासून लोक त्याचा अभ्यास करतात.

ऐतरेय ब्राह्मणात जे काही सांगितले आहे ते दोन गोष्टी स्पष्टपणे स्पष्ट करते. एक गोष्ट अशी की, यज्ञपशूचे सर्व मांस ब्राह्मणांनी नेले. एक लहानसा तुकडा सोडून त्यांनी यज्ञ करणाऱ्या गृहस्थाला काहीही घेऊ दिले नाही; दुसरे म्हणजे, ब्राह्मण स्वतः जनावरांची कत्तल करण्यासाठी कसाईचे काम करायचे. सिद्धांताच्या दृष्टीकोनातून, यज्ञात बळी दिलेला प्राणी म्हणजे भूत आहे, हा सिद्धांत असा आहे की जो मनुष्य देवांना अर्पण करतो, तो केवळ आपला जीव वाचवण्यासाठी स्वतःला अर्पण करतो. त्याने त्याचा जीव वाचवण्यासाठी तो स्वतःऐवजी एका प्राण्याचा बळी देतो. याचा अर्थ जो प्राण्यांचे मांस खातो, तो माणसांचेही मांस खातो, कारण येथे प्राणी हा माणसांचा पर्याय आहे. ही कल्पना ब्राह्मणांच्या स्वार्थासाठी अत्यंत घातक होती. ब्राह्मण प्राण्याचे सर्व मांस फस्त करण्याच्या विचारत होते. स्वतः त्या प्राण्याचे सर्व मांस हिसकावून घ्यायचे होते. जेव्हा ऐतरेय ब्राह्मणांनी पाहिले की ही कल्पना स्वीकारल्याने ब्राह्मणांच्या हातून यज्ञयागाचे मांस गमावण्याचा धोका आहे. त्यामुळे त्यांनी ही कल्पना साफ नाकारून स्पष्ट करण्याचा प्रयत्न केला आहे.

"सर्वाभ्यो व एष देवताभ्य आत्मानमालभते यो दीक्षते ग्निः सर्वा देवतः सोम देवतः स सदग्निषीमीय पशुमालेत सर्वाभ्य एवं तद्द वताम्यो यजमान आत्मां निषकोणीते, इति।

अर्थ : ज्यांना यज्ञाच्या गूढतेची दीक्षा मिळते ते देवांना अर्पण करतात. अग्नी हा सर्व देवांचा प्रतिनिधी आहे आणि सोम हा सर्व देवांचा प्रतिनिधी आहे. जेव्हा तो यज्ञकर्ता पशुला अग्नी आणि सोमाची बळी चढवतो, तर तो स्वतःला सर्व देवतांना

बळी देण्यापासून मुक्त करतो.

"दाहुर्नाग्नीपौमीयस्य पयोरश्रीयास्पुरूस्य वां एषे श्राति यो नीषामीयस्य पशोरश्राति यजमानी ह्यतेना मानं निक्रष्क्रणीत, इति।"

अर्थ : बोलणारे बोलतात, अग्नी सोमाला बळी दिलेल्या प्राण्याचे मांस खाऊ नका. जो कोणी अशा प्राण्याचे मांस खातो, तो लोकांचे मांस खातो, कारण त्या प्राण्याचा बळी दिल्याने त्याग करणारा स्वतःचा बळी जाण्यापासून वाचतो. परंतु या कल्पनेकडे लक्ष देणे अनावश्यक आहे.

या गोष्टींचा विचार करता ब्राह्मण केवळ मांसाहारीच नव्हते तर कसाईही होते हे सिद्ध करण्यासाठी आणखी पुराव्याची गरज नाही.

मग ब्राह्मणांनी डावपेच का बदलले ? त्याच्या डावपेचाचा दोन भागात विचार करू. प्रथम, त्याने गोमांस का सोडले ?

वर दाखवल्याप्रमाणे, अशोकाने कायद्याने कधीच गोहत्येवर बंदी घातली नव्हती. बंदी असली तरी बौद्ध सम्राटाने केलेला कायदा ब्राह्मण कधी मानणार होते ?

मनूने गोहत्येला बंदी घातली होती का ? जर त्याने तसे केले असेल, तर ते ब्राह्मणांना मान्य झाले असते आणि ब्राह्मणांमधील या बदलाचे समाधानकारक स्पष्टीकरणही समजू शकले असते.

मनुस्मृतीत खालील श्लोक आढळतात:-

यो बन्धनवधक्लेशान्प्राणिना न चिकीर्षति स सर्वस्य हितप्रेप्सुः सुखमयत्यन्तमश्रुते।

अर्थ : ज्याला सर्व प्राणिमात्रांना बांधण्याची, मारण्याची किंवा त्यांना दुःख देण्याची इच्छा नसते, तो सर्व प्राणिमात्रांच्या कल्याणासाठी कार्य करतो.

जो प्रेम करतो त्याला अपार आनंद मिळतो.

यद्धाायति यत्कुरूते धृति बध्नाति यत्र च ।
तदवतप्नोत्ययत्नेन यो हिनस्ति न किंचन।

अर्थ : जो कोणत्याही जीवाला दुःख देत नाही, मनापासून कोणताही धर्म इच्छितो, जे काही कार्य करतो, ज्या परमार्थवर ध्यान ठेवतो, ते त्याला सहजतेने प्राप्त होते.

नाकृत्वा प्राणिनां हिसा मासंमुत्पद्यते क्वचिता।
न च प्राणिवधः स्वस्तस्मान्मासं विवर्जयेत। ५.४८

अर्थ : सजीवांची हिंसा केल्याशिवाय मांस कधीच उत्पन्न होऊ शकत नाही. प्राण्यांना मारणे हे स्वर्गाचे कारण नाही होऊ शकत. म्हणून आपण मांस खाणे बंद केले पाहिजे.

देहाच्या उत्पत्तीसाठी आणि मूर्त स्वरूपाच्या हत्या आणि बंधनासाठी. याचा विचार केल्यानंतर त्याने सर्व मांस खाण्यापासून परावृत्त केले पाहिजे.

समुत्पत्तिं हि मांसस्य वधबन्धौ च देहिनाम ।

प्रसमीक्ष्य निर्तेत सर्वमांसस्य भक्षणात । ५.४६

अर्थ : मांसाचा उत्पत्ती क्रम (वीर्यापासून) आणि प्राण्यांचा वध-बंधन (निर्दयता-मूलक) असतो. या गोष्टीवर चांगल्याप्रकारे विचार करून सर्व प्रकारचे मांस भक्षण टाळले पाहिजे.

जर या श्लोकांचा ठोस निषेध म्हणून स्वीकार केला, तर ब्राह्मणांनी मांसाहार का सोडला आणि शाकाहारी का झाले याचे पुरेसे स्पष्टीकरण होईल. परंतु या श्लोकांना कायदा आणि निर्णायक निषेध आदेश म्हणून स्वीकारणे अशक्य आहे. एकतर या केवळ प्रेरणा आहेत किंवा प्रक्षेपण आहेत, जे नंतर ब्राह्मणांनी शाकाहारी झाल्यानंतर त्यांच्या कृत्याची प्रशंसा केली. तो दुसरा मुद्दा बरोबर आहे, कारण तो मनुस्मृतीच्या त्याच पाचव्या अध्यायात येणाऱ्या इतर श्लोकांतून सिद्ध होतोः-

प्राणस्यानिन्नमिदं सर्व प्रजापपरिकल्पनयत् ।

स्थावर जडगम चैव सर्व प्राणास्य भोजनम् । ५,२५

अर्थ : निर्मात्याने हे सर्व जीवनासाठी अन्न म्हणून निर्माण केले आहे. स्थावर (अन्न, फळ आदी) आणि जंगम (प्राणी, पक्षी इ.) हे सर्व आत्म्याचे अन्न आहेत.

चराणामन्नमचरा दंष्ट्रिणामप्यदंष्ट्रिण ।

अहस्ताश्च सहस्तानां शूराणां चैवभीरव : ॥५,३०

अर्थ : कुरणांचे अन्न अचल (गवत इ.), दाढीवाल्यांचे अन्न दाढीविरहित असते (हरीण इ.), हात नसलेल्यांचे अन्न हात नसलेले प्राणी (मासे इ.) आणि सिंहाचे अन्न भेकड (पुरुष) असते. नात्ता दुष्यत्यदन्नद्यन्प्राणिनो हन्यहन्यपि । धात्रैव स्रष्टा ह्यद्यांश्च प्राणिनोत्तर एव च ॥ ५, ३०

दिवसेंदिवस जनावरांनाही प्रदूषित होणारे अन्न दिले जात नाही. तो सर्व सजीवांची माता आहे, वर्तमान आणि भविष्याचा निर्माता आहे. ५.३०

अर्थ : भक्ष्य सजीव, दररोज भक्ष्य प्राणी खाल्ल्यावरही दोषी ठरत नाही. कारण ब्रह्मदेवानेच अन्न आणि भक्षक या दोघांची निर्मिती केली आहे.

न मांस भक्षणो दोषो न मद्य च मैथुने ।

प्रवृत्तिरेषा भूतानां ह्नवृत्तिस्तु महाफला ॥५,५६

अर्थ : मांस खाणे, दारू पिणे आणि मैथुन करणे चुकीचे नाही, कारण ही सर्व

जीवांची वृत्ती आहे परंतु यापासून दूर रहाणे अत्यंत फलदायी आहे.

प्रोक्षितं भक्ष्यन्मांसं ब्राह्मणानां च काम्यया ।
यथाविधि नुथुक्तस्तु प्राणानामेव चात्यत्ये ।। ५,२७

अर्थ : मंत्रोच्चाराने, शास्त्रोक्त पद्धतीने पवित्र केलेले मांस खावे आणि जीव धोक्यात असेल तेव्हाच खावे.

यज्ञाय जग्धिर्मासस्येत्येष दैव-विधिः स्मृता अतो
न्यथा प्रवृत्तिस्तु राक्षसो विधिरूच्यते ।। ५,३१

अर्थ : यज्ञाच्या निमित्त मांस भक्षण करण्याला दैव-विधि म्हटल्या गेले आहे. याउलट मांस भक्षण ही राक्षसी प्रवृत्ती आहे.

क्रीत्वा खुद वाप्युत्पाद्यपरोपकृतमेव ।
देवान्पितृश्चयित्वा खदन्मास न दुष्यति ।। ५,३२

अर्थ : विकत आणलेले किंवा स्वतः कोणाकडून आणलेले किंवा कोणी दिलेले मांस देवतांना आणि पित्तरांना अर्पण करून खावे, अशाने भक्षण करणारा दोषी ठरत नाही.

एष्वर्येषु पयून्हंसदतत्वार्थविद द्विजः।
आत्मानं च पयु चैव गमयत्यत्तमां गतिम् ।। ५,४२

अर्थ : वेदांचे सत्य आणि अर्थ जाणणारा द्विज या सांगितलेल्या मधुपर्कादि कार्यात प्राण्यांची हत्या करणारा ब्राह्मण तो स्वतः आणि प्राणी दोन्ही सर्वोच्च गंतव्य प्राप्त करतो (५,४२).

यज्ञार्थ पशवः सृष्टा स्वयमेव खुदभुवा ।
यज्ञस्य भूत्यै सर्वस्य तस्माद्यज्ञे वधो वधः ।। ५,३६

अर्थ : बह्मदेवाने स्वतः यज्ञासाठी आणि सर्व यज्ञांच्या उत्कर्षासाठी प्राणी निर्माण केले आहेत, म्हणून प्राणी मारणे ही अहिंसाच

औषध्यः पशवो वृक्षास्तिर्यन्त्र्चः पक्षिणास्तथ ।
यज्ञार्थ निधनं प्राप्तः प्राप्नुवन्त्यस्तृती" पुन" ।। ५,४०

अर्थ : औषधी, प्राणी, झाडे, कासव इ. आणि पक्षी, हे सर्व यज्ञार्थ मारले गेल्यावर पुढील जन्मी उत्तम जीवनात जन्म घेतात.

मनू याच्याही पुढे जाऊन मांसाहार अनिवार्य ठरवतो. खालील श्लोक लक्षात घेण्यासारखे आहेतः-

नियुक्तस्तु यथान्यायं यो मांस नात्ति मानवः।
स प्रेत्य पशुता याादिसंभवानेकविंातिम् । ११५,३

अस्पृष्य कोण होते आणि ते अस्पृष्य कसे बनले? // १०७

अर्थ : जो मनुष्य विहित कार्यपद्धतीनुसार नियुक्त झाल्यानंतर मांस खात नाही, तो मृत्यूनंतर एकवीस जन्मापर्यंत प्राणीच राहतो. हे स्पष्ट आहे की मनूने मांसाहार प्रतिबंधित केला आहे. मनूने गोहत्येलाही बंदी घातली होती. हे फक्त मनुपासूनच सिद्ध होते. सर्वप्रथम, गाईचा उल्लेख मनुस्मृतीत फक्त नियमांच्या यादीत आहे जो मनूच्या मते पदवीधारकांसाठी वैध असावा. ते खाली दिले आहेतः-

१. गाईने वास घेतलेले भोजन एका भक्षकासाठी निषिद्ध आहे. (४,२०१)
२. ज्या दोरीला वासराला बांधले आहे त्या दोरीवरून उडी मारणे शिष्यासाठी निषिद्ध आहे. (४.३८)
३. शिष्याने गो-ब्रजमध्ये लघु-शंका करणे निषिद्ध आहे. (४.४५)
४. गाईकडे तोंड करून मूत्र आणि विष्ठा करणे शिष्यासाठी प्रतिबंधित आहे. (४.४८)
५. गो-ब्रजमध्ये प्रवेश केल्यावर शिष्याने उजवा हात उघडावा. (४,४८)
६. जर गाय तिच्या वासराला दूध पाजत असेल, तर शिष्याने त्यात अडथळा आणणे किंवा त्याबद्दल कोणालाही माहिती देणे निषिद्ध आहे. (४,५६)
७. गाईवर चढणे शिष्यासाठी मनाई आहे. (४,७२)
८. गायीची हिंसा करणे म्हणजेच तिला वेदना देणे हे शिष्यासाठी निषिद्ध आहे. (४,१६२)
९. तोंड न धुता गायीला स्पर्श करणे प्रतिबंधित आहे. (४,१४२)

या उल्लेखांवरून हे सिद्ध होते की मनू गाईला पवित्र प्राणी मानत नव्हता. दुसरीकडे, त्याने गाईला एक अशुद्ध प्राणी मानले जिच्या स्पर्शाने सांस्कृतिक अशुद्धता येते.

मनुस्मृतीत असे काही श्लोक आहेत जे सिद्ध करतात की त्यात गोमांस खाण्यास मनाई नव्हती. या संदर्भात तिसऱ्या अध्यायातील तिसऱ्या श्लोकाचा उल्लेख करता येईल. ते खालीलप्रमाणे आहेः-

तं प्रतीतं स्वधर्मेण ब्राह्मदाहरं पितुः।
स्त्रग्विणं तल्प आसीनमर्हयेत्प्रथमं गवा । ३, ३

अर्थ : जो स्वतःच्या धार्मिकतेसाठी प्रसिद्ध आहे, ज्याला वडिलाकडून धर्म-दायाद मिळाला आहे, त्याला चांगल्या आसनावर बसवून, पुष्पमाला परिधान करून, गो(मधुपर्कने) पूजा करायला हवी.

प्रश्न असा पडतो की मनु एका शिष्याला गाय द्यावी अशी सिफारस का करतो ? हे उघड आहे-ज्यामध्ये तो मधुपार्क बनवू शकतो. असे असेल तर याचा अर्थ मनुला ब्राह्मण गोमांस खात होते याचे ज्ञान होते आणि त्याने त्यांना नकार दिला नाही.

दुसरा उल्लेख मनूने प्राण्यांच्या खाण्यायोग्य आणि अखाद्य मांसाबाबत केलेल्या चर्चेचा आहे. हे पाचव्या अध्यायाच्या १८ व्या श्लोकात लिहिले आहे.

श्चाविधं शल्यकं गोधा खडगकूर्मशशांस्तथा ।
भक्ष्यान्पत्र्चनखेष्वाहुरनुष्टाश्चैकतो दतः ।। ५,१८

अर्थ : पंचनखि, पोर्क्युपिन, इगुआना, गेंडा, कासव, ससा आणि दात असलेल्या प्राण्यांमध्ये उंट, बकरी इत्यादि खाल्ल्याचे सांगितले जाते. पण मनू गायीला अपवाद मानत नाही हे लक्षात घेण्यासारखे आहे. याचा स्पष्ट अर्थ असा की मनूला गोमांस खाण्यास हरकत नव्हती.

मनूने गोहत्या हा गुन्हा मानला नाही. त्याच्या मते, पापांचे प्रकार आहेतः
(१) महान-पताक, (२) उप-पातक. हे काही महान-पातक आहेतः

ब्रह्महत्या सुरापान स्तेय गुर्वडगनागमः ।
महान्ति पातकायाहुः संसर्गश्चापि तैः सह।। ११,५४

अर्थ : ब्राह्मणाची हत्या करणे, दारू पिणे, चोरी करणे, गुरूपत्नी गमन, हे (चार) महापाप आहे म्हणून सांगितले आहे. काही उपपातक, म्हणजे किरकोळ अपराध, ते असे आहेतः-

गोवधो याज्य संयाज्य पारदार्यम विक्रयः ।
गुरू-मातृ-पितृत्यागः स्वाध्यायाग्नो सुतय च ।। १,५६

अर्थः गायींची कत्तल करणे, जाति कर्मानि दूषित झालेल्या मनुष्यांचे यज्ञ करणे, स्त्रियांशी व्यभिचार करणे, स्वतःची विक्री करणे, गुरू, माता, पित्याची सेवा त्याग करणे, आत्म-अभ्यासाचा त्याग, चतुर अग्निचा त्याग आणि पुत्राच्या पालनपोषणाचा त्याग.

यावरून हे स्पष्ट होते की मनुच्या दृष्टीने गोहत्या हे किरकोळ पाप किंवा 'उपपातक' आहे. कोणत्याही योग्य आणि पुरेशा कारणाशिवाय गायीची हत्या केल्या गेली तरच ते निषेधार्ह होते. आणि जर असे नसले तरी ते फारसे घृणास्पद कृत्य नव्हते. याज्ञवल्क्यांचेही असेच विचार होते.

ब्राह्मण हे पिढ्यानपिढ्या मांसाहारी होते हेच यावरून सिद्ध होते. त्याने गोमांस खाणे का सोडले ? ते पूर्णपणे वेगळ्या मर्यादेपर्यंत गेले. त्याने केवळ गोमांस खाणेच सोडले नाही तर मांसाहारही सोडला आणि ते शाकाहारी बनले. या एकाच वेळी दोन क्रांती होत्या. त्यांच्या दैवी स्मृतिकार मनूच्या शिकवणीमुळे त्यांनी हे केले नाही, मग ब्राह्मणांनी हे का केले ? हे काही तत्त्वामुळे झाले आहे का ? की याचे श्रेय युद्धनीतीलाच दिले पाहिजे.

या प्रश्नाची दोन उत्तरे दिली आहेत. एक उत्तर असे आहे की गायीची पूजा हे अद्वैत तत्त्वज्ञानाचे परिणाम आहे, जे शिकवते की संपूर्ण विश्वात एक 'ब्रह्म' आहे आणि म्हणूनच सर्व जीवन, मग ते मनुष्य असो वा प्राणी, पवित्र आहे. हे स्पष्टीकरण समाधानकारक नाही. सर्वप्रथम, याचे वास्तवाशी काही साम्य नाही. 'ब्रह्मा'च्या एकतेचा उपदेश करणारी वेदांत सूत्रे, सर्वप्रथम हे वास्तवाशी जुळत नाहीत. दुसऱ्या अध्यायातील २८ व्या सूत्रावरून हे स्पष्ट होते. दुसरे असे की, हा बदल जर वेदांतातील आदेश आचरणात आणण्याचा परिणाम असेल तर तो फक्त गायीवरच का थांबला ? हे इतर सर्व प्राण्यांनाही लागू व्हायला हवे होते.

दुसरे स्पष्टीकरण पहिल्यापेक्षा अधिक 'मूलभूत' आहे. यानुसार ब्राह्मणाच्या जीवनात या बदलाचे कारण म्हणजे आत्म्याचा पुनर्जन्म हे तत्त्व होय. हे स्पष्टीकरण देखील वास्तवाशी जुळत नाही. बृहदारण्यक उपनिषदात आत्म्याने पुनर्जन्म घेण्याचा सिद्धांत मांडला आहे. तरीही तो म्हणतो की जर लोकांना हुशार मुलगा हवा असेल तर त्याला तांदूळ आणि तूप मिसळून मेंढीचे मांस खायला द्यावे. मग काय कारण आहे की उपनिषदात वर्णन केलेल्या या तत्त्वाचा ब्राह्मणांच्या आचरणावर मनूच्या काळापर्यंत, म्हणजे सुमारे ४०० वर्षांनंतर काहीही परिणाम झाला नाही. तिसरे, जर आत्म्याच्या पुनर्जन्म सिद्धांतामुळे ब्राह्मण शाकाहारी झाले, तर ब्राह्मणेतर देखील शाकाहारी का झाले नाहीत ?

माझ्या मते, हा ब्राह्मणांच्या डावपेचाचा भाग आहे की मांसाहारी न राहता ते गोपूजक बनले. या 'गो-पूजेचे' रहस्य मूळ बौद्ध आणि ब्राह्मण यांच्यातील संघर्ष तसेच त्या उपायांमध्ये शोधायला हवे जे बौद्धांचा पराभव करण्यासाठी ब्राह्मणांनी केले. बौद्ध आणि ब्राह्मण यांच्यातील संघर्ष ही भारतीय इतिहासातील निर्णायक घटना आहे. हे वास्तव स्वीकारल्याशिवाय हिंदू धर्माचे काही भाग स्पष्ट करता येणार नाहीत. दुर्दैवाने भारतीय इतिहासकारांच्या दृष्टिकोनातून या बौद्ध-ब्राह्मण संघर्षाचे महत्त्व पूर्णपणे अप्रत्यक्ष राहिले आहे. त्यांना माहित आहे की ब्राह्मणवाद नावाची गोष्ट आहे, परंतु या विचारांनी जवळजवळ ४०० वर्षे एकमेकांवर मात करण्यासाठी संघर्ष केला आणि त्यांचा भारतीय धर्म, समाज आणि राजकारणावर परिणाम झाला याची त्यांना पूर्ण कल्पना नाही.

संपूर्ण संघर्षाची कहाणी सांगायला इथे जागा नाही. दोन-चार महत्त्वाच्या गोष्टी सांगता येतील. कधीकाळी बहुतेक भारतीय बौद्ध होता. शेकडो वर्षे हा भारतीय लोकांचा धर्म राहिला. त्यांनी ब्राह्मणवादावर वैचारिक आणि सांस्कृतिक आक्रमणे सुरू

केली जी यापूर्वी कोणीही केली नव्हती. ब्राह्मणवादाची वाताहत झाली होती आणि पूर्ण वाताहत नसली तरी त्याला स्वतःला वाचवायचे होते. बौद्ध धर्माच्या विस्तारामुळे, ब्राह्मणांचे त्यांचे वर्चस्व ना राजदरबारात राहिले ना जनतेत. ते बौद्ध धर्माच्या हातून झालेल्या पराभवाने त्रस्त होते आणि आपली सत्ता आणि वैभव परत मिळवण्यासाठी सर्व प्रकारे प्रयत्न करत होते. बौद्ध धर्माचा लोकांच्या मनावर इतका खोल प्रभाव पडला होता की ब्राह्मणांना बौद्ध धर्माशी कोणत्याही प्रकारे स्पर्धा करणे पूर्णपणे अशक्य होते. बौद्धांची जीवनशैली अंगीकारणे आणि या बाबतीत त्यांना मागे टाकून पुढे जाणे हाच त्याच्याकडे एकमेव उपाय होता. बुद्धाच्या परिनिर्वाणानंतर बौद्धांनी बुद्धांच्या मूर्ती आणि स्तूप बनवण्यास सुरुवात केली आणि ब्राह्मणांनी त्याचे पालन केले. त्यांनी स्वतःची मंदिरे बांधली आणि त्यामध्ये शिव, विष्णू, राम आणि कृष्ण इत्यादींच्या मूर्ती बसवल्या आणि बुद्ध मूर्तीच्या उपासनेने प्रभावित झालेल्या लोकांना आकर्षित करण्याचा त्यांचा हेतू होता. अशा रीतीने हिंदू धर्मात ज्या मंदिरांना आणि मूर्तींना स्थान नाही अशा देवस्थानांची निर्मिती झाली. बौद्धांनी ब्राह्मण धर्माचा त्याग केला होता ज्यामध्ये पशुबळी आणि विशेषतः गोहत्या यज्ञांचा समावेश होता. त्याची दोन कारणे होती- एक, ते शेतीप्रधान लोक होते आणि दुसरे, गाय खूप उपयुक्त होती. अधिक शक्यता ही होती की त्याकाळी ब्राह्मण गोघातक समजल्या जाते होते, पाव्हूण्यासाठी देखील गायीचे मांस ब्राह्मण शिजवत असत म्हणून ते अधिकच तिरस्कृत झाले होते. तसे पाव्हूणे आल्यास त्यांच्यासाठी गोमासंची सोय करण्यात येत असल्याने कृषिपूजक नाराज होत असत. अशा स्थितीत आपली परिस्थिती सुधारण्यासाठी ब्राह्मणांनी यज्ञ आणि त्यासोबत होणारी गोहत्या या प्रकारातील 'पूजा' सोडून देणे आपल्या हिताचे मानले.

गोमांस खाणे सोडून देण्याचा ब्राह्मणांचा उद्देश फक्त बौद्ध भिक्खूचे श्रेष्ठत्व हिरावून घेणे हाच होता.

ब्राह्मण शाकाहारी बनल्याने हे सिद्ध होते. नाहीतर ब्राह्मण शाकाहारी का बनले ? याचे उत्तर असे की, शाकाहारी झाल्याशिवाय बौद्ध धर्माच्या प्रसारामुळे त्याच्या पायाखालून सरकलेली जमीन त्याला परत मिळवता आली नसती. या संदर्भात, हे लक्षात ठेवण्यासारखे आहे की बौद्धांच्या तुलनेत, ब्राह्मण हे एका बाबतीत जनतेच्या दृष्टीने कनिष्ठ मानले जात होते. ही बाब प्राण्यांच्या कत्तलीची होती, जी ब्राह्मणवादाचे सार होते आणि ज्याला बौद्ध धर्माचा पूर्णपणे विरोध होता. शेतीवर अवलंबून असलेल्या लोकांमध्ये बौद्ध धर्माबद्दल आदर आणि ब्राह्मण धर्माबद्दल द्वेष असणे स्वाभाविक आहे ज्यात

इतर प्राण्यांसह गायी आणि बैलांची कत्तल केली जाते. ब्राह्मण त्यांच्या भूतकाळातील सन्मान वाचवण्यासाठी काय करू शकतात ? त्याशिवाय बौद्ध भिक्खूंपेक्षा एक पाऊल पुढे जाऊन केवळ गोमांस खाणे सोडून ते शाकाहारी बनले. ब्राह्मणांचे शाकाहारी बनण्याचे हेच उद्दिष्ट होते. हे अनेक प्रकारे सिद्ध करता येते.

जर ब्राह्मणांनी पशूबळी हे वाईट मानले असते आणि तत्त्वाच्या दृष्टिकोनातून त्यांचे आचरण बदलले असते, तर त्यांनी यज्ञांसाठी प्राणी मारण्यास नकार दिला असता. त्यांना शाकाहारी होण्याची आवश्यकता नव्हती पण ते शाकाहारी बनले. यावरून हे स्पष्ट होते की ते दूरदृष्टीचे होते आणि इतर कोणत्याही मार्गाने शाकाहारी बनणे त्याच्यासाठी पूर्णपणे अनावश्यक होते; कारण सर्व बौद्ध भिक्खू शाकाहारी नव्हते. हे विधान काही लोकांना आश्चर्यचकित करू शकते; कारण अहिंसा आणि शाकाहार यांचा अत्यावश्यक संबंध आहे असा सर्वसाधारण समज आहे. बौद्ध भिक्खू मांसाला हात लावत नसतील, असा सर्वसाधारण समज आहे. पण ही चूक आहे. वस्तुस्थिती अशी आहे की साधू त्रिकटी परशुध्द (तीन प्रकारे शुद्ध) माशांचे मांस खाऊ शकतो. पुढे त्याचे पाच प्रकार झाले. चिनी प्रवासी ह्युएन चुआंग याला त्याची ओळख होती. त्यांच्यापासून मिळणाऱ्या शुद्ध प्रकारच्या मांसाला सां-चिंग म्हटले आहे. श्री. थॉमस वॉल्टर्स यांनी अशा प्रकारे भिक्षूंमध्ये या प्रथेचा उगम स्पष्ट केला आहे. त्याच्या कथेनुसारः-

'बुद्धाच्या काळात, वैशालीमध्ये सिंह नावाचा एक श्रीमंत सेनापती होता, त्याने बौद्ध धर्म स्वीकारला होता. तो भिक्षू संघाचा उदार नेता बनला आणि भिक्षूंना मांस आणि अन्नाची कमतरता पडू देत नव्हता. भिक्खु अशाप्रकारचे तयार अन्न ग्रहण करतात, हे समजल्यावर तपस्वी भिक्खुनी अशा भिक्खुंना एकत्र केले तेव्हा भगवान त्यांना उद्देशून म्हणाले, 'तुम्ही पाहिले आहे की तुमच्यासाठी मारण्यात आले आहे किंवा तुम्ही ऐकले आहे की तुमच्यासाठी मारण्यात आले आहे, त्याचे मांस खाऊ नका. परंतु त्यांनी भिक्खुंना त्रिकोटी परिशुद्ध मत्स्य-मांस खाण्याची परवानगी दिली होती म्हणजे अशा प्राण्याचे मांस ज्याला आपण मारल्याचे पाहिले नाही किंवा ऐकले नाही. आमच्यासाठी मारला गेला यात शंका नसावी. पाली आणि सुफेन-विनय पिटकानुसार, बुद्ध आणि भिक्षूंना मध्यान्ह भोजन दिले जात असे. त्या भोजनासाठी बैलाची व्यवस्था करण्यात आली होती. जैन निग्रंथांनी (निगंठो) भिक्षूंवर टीका केली. बुद्धाने हा त्रिकोटी परिशुद्धाचा हा नवा नियम केला. यापुढे मांसाहार करणाऱ्या भिक्षूंना माझ्यासाठी 'त्रिकोटी-परिशुधा' या चिनी भाषांतराच्या रीतीने माझ्यासाठी 'ना मारले गेले, ना पाहिले, ना ऐकले, ना संशय आला' मग भिक्षूंसाठी आणखी दोन

प्रकारचे मांस नियमानुसार ठरवण्यात आले. असा प्राणी जो नैसर्गिक मृत्यूने मरण पावला आहे आणि ज्याला शिकाऱ्याने किंवा इतर कोणत्याही वन्य प्राण्याने मारले आहे. अशा प्रकारे पाच प्रकारचे मांस होते जे बौद्ध मुक्तपणे सेवन करू शकत होते. मग ही 'न पाहिलेले, न ऐकलेले आणि शंका न घेतलेले' हा एक प्रकार झाला आणि त्यात 'नैसर्गिक मृत्यू' आणि 'पक्षी मारणे' यांचा केल्याने त्याचे सां-चिन्ह बनले.

जेव्हा बौद्ध भिक्खू मांस खातात तेव्हा ब्राह्मणांना ते सोडून देण्याची गरज नव्हती. मग ब्राह्मण मांसाहार सोडून शाकाहारी का झाले ? याचे एकच कारण होते ते म्हणजे ब्राह्मण बौद्ध भिक्खूंच्या बरोबरीने समान पातळीवर उभे राहू शकत नव्हते.

जर ब्राह्मणांनी यज्ञ करणे आणि त्यात गायींची कत्तल करणे सोडले असते तर त्याचा परिणाम मर्यादितच झाला असता. फार तर ब्राह्मण आणि बौद्ध समान पातळीवर आले असते. मांसाहाराबाबत त्यांनी बौद्ध भिक्खूंचे पालन केले तरच असे घडू शकणार होते. त्यामुळे ब्राह्मणांना बौद्धांपेक्षा श्रेष्ठ बनवण्याची संधी मिळाली नसती. जी त्याची आकांक्षा होती. यज्ञांमध्ये गोहत्येला विरोध करून बौद्धांनी लोकांच्या हृदयात आदर निर्माण केला होता आणि ब्राह्मणांना त्यांना या पदावरून हाकलून लावायचे होते. त्यांचे उद्दिष्ट पूर्ण करण्यासाठी ब्राह्मणांना एक धाडसी धोरण अवलंबावे लागले ज्यामध्ये परिणामांचा विचार केला गेला नाही. हे 'अति'ला 'प्रचंड' ने पराभूत करण्याचे धोरण आहे. डाव्या विचारसरणीला हुसकावून लावण्यासाठी सर्व उजवे हे धोरण वापरतात. बौद्धांचा पराभव करण्याचा एकमेव मार्ग म्हणजे त्यांच्या एक पाऊल पुढे जाऊन शाकाहारी बनणे.

ज्या ब्राह्मणांनी गायींची पूजा सुरू केली आणि मांसाहार सोडून शाकाहारी बनले, ते केवळ बौद्धांचा पराभव करण्यासाठीच केले, या कल्पनेच्या समर्थनार्थ; अजून एक पुरावा देता येईल. ही अशी तारीख आहे जेव्हा गोहत्या हे एक मोठे पातक बनले. अशोकाने गोहत्या हा गुन्हा मानला नाही हे सर्वज्ञात आहे. गोहत्या थांबवण्यासाठी त्यांनी पावले उचलायला हवी होती, अशी त्यांच्याकडून अनेकांची अपेक्षा आहे. प्रो. विन्सर स्मिथला हे आश्चर्यकारक वाटत असले तरी त्यात आश्चर्यकारक काहीच नाही.

बौद्ध धर्माचा सर्वसाधारणपणे पशुबलीला विरोध होता. त्यांना गायीबद्दल विशेष प्रेम नव्हते. त्यामुळे अशोकाला या 'गोरक्षणा' संदर्भात कायदा करण्याची आवश्यकता वाटली नाही.

ज्यांनी 'गोहत्या' हे महापाप घोषित केले ते गुप्त राजे होते, जे हिंदू धर्माचे मोठे प्रचारक होते, त्या हिंदू धर्माचा, जो यज्ञांसाठी गायींच्या कत्तलीला परवानगी देतो. डॉ भांडारकर म्हणतातः-

'आमच्याकडे असा शिलालेख आहे त्यात पाचव्या शतकाच्या सुरूवातीपासून गोहत्या करणे हे एक भयंकर पाप मानले जात होते, ब्राह्मणाच्या हत्येइतकेच भयंकर. आपल्याकडे ६४५ ई. स. चे ताम्रपत्र लेख आहे. जो की गुप्त राज-वंशाचे स्कंद गुप्ताच्या राज्यकाळातले आहे. हे एक दानपत्र आहे, ज्याच्या अंतिम श्लोकात म्हटले आहे, जो काणे या दानात, जे देण्यात आले आहे, हस्तक्षेप करील, तो गो-हत्या, गुरू हत्या किंवा ब्राह्मण हत्येत सहभागी समजला जाईल. स्कंदगुप्ताचे आजोबा चंद्रगुप्त द्वितीय यांचा एक लेख आहे ज्यामध्ये गोहत्या हे ब्राह्मण हत्येसारखेच पाप माले आहे. यामध्ये ९३ गुप्त संवत्सर दिलेला आहे जो ४१२ ई. च्या समतुल्य होता. जो पश्चिमेला उभा असलेला सांचीचा प्रसिद्ध बौद्ध स्तूप म्हणतो की जो कोणी त्या व्यवस्थेचे उल्लंघन करेल तो त्याला 'गोहत्या' 'ब्राह्म हत्या' किंवा 'पंच-अंत्य'चे पाप लागेल. या कथनाचा उद्देश आहे, ब्राह्मण आणि बौद्ध धर्माच्या अनुयायांना घाबरवण्याचा. पाच आनर्न्त बौद्धांचे पाच महापातक आहेत. ते आहेत-मातेची हत्या, पित्याची हत्या, अर्हंतहत्या-बुद्धाच्या शरीराचे रक्त काढणे, भिक्षु संघात मतभेद निर्माण करणे. सत्पुरुष ब्राह्मणाला भीती वाटावी अशी दोनच मोठी पापे आहेत-गाय मारणे, ब्राह्मण मारणे. ब्राह्मण मारणे हे उघडपणे मोठे पाप आहे; कारण सर्व स्मृतींमध्ये ब्राह्महत्या हे महापातक मानले गेले आहे, परंतु आपस्तंब, मनु, याज्ञवल्क्य आणि इतरांमध्ये गोहत्या हा केवळ उपपातक मानला गेला आहे. पण इथे ब्रह्महत्येशी जोडून आणि बौद्ध शिकवणीशी या दोघांना समान दर्जा दिल्याने हे स्पष्ट होते की पाचव्या शतकाच्या सुरुवातीला गोहत्या ही महापातकांच्या वर्गात समाविष्ट केली आहे. त्यामुळे गोहत्येला किमान शतकापूर्वी म्हणजेच चौथ्या शतकाच्या सुरूवातीला 'महापताक' मानले गेले असावे.

प्रश्न असा पडतो की गोहत्येविरुद्ध म्हणजेच मनूच्या विरोधात नियम करण्याची हिंदू राजाला काय गरज होती ? याचे उत्तर असे आहे की बौद्ध भिक्खूंवर आपले श्रेष्ठत्व सिद्ध करण्यासाठी ब्राह्मणांना वैदिक धर्माचा एक भाग सोडून देणे अनिवार्य झाले होते. जर आमचे विश्लेषण बरोबर असेल तर हे स्पष्ट आहे की गाय पूजा ही बौद्ध आणि ब्राह्मण धर्म यांच्यातील संघर्षाची परिणती आहे. ब्राह्मणांचे गमावलेले स्थान परत मिळवण्याचे हे एक साधन होते.

१४.

गो-मांसाहाराने वेगळे पडलेल्या लोकांना अस्पृश्य का बनवले ?

जेव्हा ब्राह्मण आणि ब्राह्मणेतर यांनी गोमांस खाणे बंद केले आणि विभक्त झालेले लोक गोमांस खात राहिले, तेव्हा आधीपेक्षा वेगळी परिस्थिती निर्माण झाली. आता फरक इतका झाला की जुन्या परिस्थितीत प्रत्येकजण गोमांस खात असे. या नवीन परिस्थितीत एका वर्गाने खाणे बंद केले होते, तर दुसरा वर्ग खात होता. हा फरक डोळ्यात भरणारा होता, प्रत्येकजण ते पाहू शकत होता. असे असूनही या फरकाचा समाजात एवढा मोठा फरक होऊ शकला नसता, जितका या अस्पृश्यतेत दिसून येतो. हा सामाजिक भेद राहू शकला असता. अशी अनेक उदाहरणे आहेत जिथे वेगवेगळ्या जातीचे लोक वेगवेगळे अन्न खातात. एकाला एखादी गोष्ट आवडली तर दुसऱ्याला ती आवडत नाही, तरी पण हा फरक दोघांमध्ये कोणत्याही प्रकारचा भेद निर्माण करत नाही.

त्यामुळे भारतातील गो-मांसाहाराने स्थिर जाती आणि अस्थिर लोक यांच्यात भिंत निर्माण होण्यामागे काही खास कारण असावे ? याचे कारण काय असू शकते ? माझे उत्तर असे आहे की गोमांस खाण्याचा धर्माशी संबंध नसता आणि केवळ आवडी निवडीचा विषय असता, तर गोमांस खाणारे आणि न खाणारे यांच्यात भेद निर्माण झाला नसता. दुर्दैवाने, मांसाहार करणे ही सामान्य बाब राहिली नाही, तो एक धर्माचा प्रश्न बनला. ब्राह्मणांनी गायीला पवित्र प्राणी बनवल्यामुळे हे घडले. त्यामुळे गोमांस खाणे 'अधार्मिक' झाले. विभक्त लोक अधर्म करीत असल्याने समाजातून त्यांना बहिष्कृत करण्यात आले.

ज्यांना समाजाच्या जीवनात धर्माचे स्थान समजत नाही त्यांच्यासाठी हे उत्तर फारसे स्पष्ट होणार नाही, ते विचारतील की या भेदांचे कारण धर्म का ? धर्माबाबत खालील दोन गोष्टी लक्षात ठेवल्या तर हे स्पष्ट होईल.

सर्वप्रथम 'धर्मा' ची व्याख्या घेऊ. सर्व धर्मांना लागू होणारे हे व्यापक विधान आहे. प्रत्येक धर्म हा काही विशिष्ट श्रद्धा आणि प्रथांचा स्वीकारलेला एकत्रित परिणाम असतो, ज्याचा (१) धार्मिक गोष्टींशी संबंध असतो आणि (२) त्या गोष्टींवर विश्वास ठेवणाऱ्या लोकांचा एक 'समूह' बनवतो. दुसऱ्या प्रकारे सांगायचे तर प्रत्येक धर्मात दोन गोष्टी असतात. एक म्हणजे धर्माला पवित्र गोष्टींपासून वेगळे करता येत नाही; दुसरी गोष्ट म्हणजे 'धर्म' ही एक सामूहिक गोष्ट आहे जी समाजापासून वेगळी करता येत नाही.

'धर्माचा जो पहिला भाग आहे, तो असे गृहीत धरतो की जितक्या वस्तू आहेत- मग त्या भौतिक असो वा अभौतिक, जे काही मनुष्याच्या विचारांचे भविष्य बनवते, त्या दोन स्पष्ट श्रेणींमध्ये विभागल्या जातात, ज्यांना धार्मिक आणि गैर-धार्मिक किंवा सामान्य सांसारिक म्हणतात.

यामुळे धर्माची व्याख्या बनते. 'धर्मा'चे कर्तव्य समजण्यासाठी 'धर्मा'संबंधी खालील गोष्टींकडे लक्ष देणे आवश्यक आहे.

पहिली गोष्ट लक्षात घेण्यासारखी आहे की ज्या गोष्टी पवित्र मानल्या जातात त्यांना केवळ सांसारिक गोष्टींपेक्षा उच्च स्थान किंवा दर्जा नाही. ते पूर्णपणे भिन्न आहेत. पवित्र आणि ऐहिक गोष्ट समान नसते, दोघांमध्ये पूर्ण विरोध असतो. प्रो. दुराखीन याबाबत म्हणतात,

'चांगले' आणि 'वाईट' यांचा पारंपारिक विरोध यापेक्षा अधिक काही नाही कारण 'चांगले' आणि 'वाईट' हे दोन्ही एकाच 'प्रकरचे' अर्थात आधाराचे विरोधी तत्त्व आहे. आरोग्य आणि आजार हे एकाच जीवन चक्रातील दोन भिन्न पैलू आहेत तसे. परंतु मानवी मनाने पवित्र आणि अलौकिकची कल्पना केली आहे, ती सगळीकडे दोन वेगवेगळ्या जातीची कल्पना आहे. दोन पूर्णपणे भिन्न जगांची कल्पना आहे ज्यात काहीही साम्य नाही.

अधिक जिज्ञासू सज्जनांना कदाचित या जगात मानवांना कसे वागवले जाते हे जाणून घेणे आवडेल. पवित्र आणि 'अलौकिक' यांची एकमेकांच्या विरोधात कल्पना करायला कोणी भाग पाडले ? इथे या वादात पडायचे नाही. कारण आपल्या तत्कालीन उद्देशपूर्तीसाठी हे अगदीच गरजेचे नाही.

'या प्रकरणात दुसरी गोष्ट लक्षात घेण्यासारखी आहे ही आहे की 'पवित्र वस्तू'ची संख्या निश्चित नाही. एका धर्माच्या पवित्र वस्तूत आणि दुसऱ्या धर्माच्या 'पवित्र वस्ततू' यांच्यात खूप फरक आहे. 'आत्मा' आणि 'परमात्मा' पवित्र वस्तू नाहीत.

खडक, प्राणी, जलस्रोत, दगडाचा तुकडा, घर, यापैकी कशालाही पवित्र मानले जाऊ शकते.

पवित्र गोष्टी नेहमी 'निषिद्ध' शी संबंधित असतात, ज्यांना निषिद्ध गोष्टी (टॅबूज) म्हटले जाऊ शकते. प्रो. दुरखीनला आपण पुन्हा उद्धृत केले, 'पवित्र गोष्टी म्हणजे ज्या प्रतिबंधांनी संरक्षित आहेत आणि ज्याना 'निषिद्ध' म्हणून वेगळे केले जाते, आणि 'अलौकिक वस्तू त्या आहेत ज्यांना ज्यांना हे प्रतिबंध लागू होतात आणि ज्यांनी पहिल्या वस्तूपासून दूर राहिले पाहिजे."

धार्मिक प्रतिबंध अनेक रूपे घेतात. यातील सर्वात महत्त्वाचा निषेध म्हणजे संबंध.

निषिद्धाचा आधार असा आहे की जे 'लौकिक' आहे त्याचा पवित्रतेशी कोणत्याही प्रकारचा संबंध नसावा. 'स्पर्श' व्यतिरिक्त, इतर अनेक मार्गांनी संबंध स्थापित होऊ शकतो. 'एक नजर टाकणे' हे एक प्रकारचे नाते प्रस्थापित करणे देखील आहे. याचे कारण असे की काही विशिष्ट परिस्थितींमध्ये सांसारिक (अपवित्र) लोकांना पवित्र गोष्टी पाहण्यास मनाई आहे. शब्द म्हणजे श्वास जो लोकांचा भाग आहे आणि लोकांमधून पसरतो तो देखील नात्याचा दुसरा प्रकार आहे. म्हणून लौकिक (अपवित्र) गोष्टींना संबोधणे किंवा उच्चारणे (अपवित्र) निषिद्ध आहे. उदाहरणार्थ, केवळ ब्राह्मणाने वेदांचे पठण केले पाहिजे, शूद्राने नाही. एक असाधारण जवळीकतेचा संबंध भोजन करण्याच्या परिणामाने उत्पन्न होते. म्हणून पवित्र प्राणी किंवा वनस्पती सेवनास अपवित्र मानले आहे.

पवित्र गोष्टींशी संबंधित असलेल्या प्रतिबंधांवर विवाद होऊ शकत नाही. त्या विवादाच्या पलिकडे आहेत आणि ते कसल्याही परंतुशिवाय स्वीकारले पाहिजेत. जे पवित्र आहेत ते 'अस्पृश्य' या शब्दाच्या विशेष अर्थाने 'अस्पृश्य' आहेत, म्हणजेच विवाद त्यांना कोणत्याही प्रकारे स्पर्श करू शकत नाही. जे काही केले जाऊ शकते ते इतकेच की पवित्रतेचा आदर करावा आणि त्यांचे पालन करावे.

आणि शेवटची गोष्ट म्हणजे या 'पवित्र वस्तूंशी संबंधित प्रतिबंध' सर्वांना लागू होतात. ते स्वयंस्पष्ट सत्य नाही. त्या आज्ञा आहेत. त्यांचे पालन केले पाहिजे, आणि शब्दाच्या सामान्य अर्थाने नाही, त्या अविनाशी आज्ञा आहेत. त्यांचे पालन न करणे हे 'गुन्ह्या' पेक्षा अधिक आहे. ते 'पाप' आहे.

धर्माची व्याप्ती आणि क्रियाकलाप स्पष्ट करण्यासाठी वरील सारांश पुरेसा असावा, त्या विषयावर अधिक चर्चा अनावश्यक आहे. पवित्र गोष्टींशी व्यवहार करण्याचे नियम आणि त्यानुसार काम करण्याच्या पद्धतीचे विश्लेषण केल्यास, गोमांस सेवनामुळे

विभक्त लोक अस्पृश्य का बनले हे कोणालाही समजेल. या प्रश्नाचे माझे उत्तर बरोबर आहे. मी जे उत्तर आहे. त्या उत्तराच्या खोलीपर्यंत पोहोचण्यासाठी इतकेच गरजेचे आहे की जे पवित्र आहे, याच्या नियमांनुसार काम करण्याच्या पद्धतीचे विश्लेषण करणे आणि गाय ही पवित्र गोष्ट समजून घेणे आवश्यक आहे. हे स्पष्ट होईल की अस्पृश्यता ही 'पवित्र प्राणी' गाय खाण्याची बंदी मोडण्याचा परिणाम आहे.

वर म्हटल्याप्रमाणे ब्राह्मणांनी गायीला पवित्र प्राणी बनवले. यांनी जिवंत गाय आणि मृत गाईमध्ये भेद करण्याची गरज त्यांना वाटली नाही. गाय जिवंत असो वा मृत, पवित्र होती. गोमांस खाणे हा केवळ 'गुन्हा' नव्हता. तो फक्त 'गुन्हा' असता तर त्याचा परिणाम फक्त 'शिक्षा' असा असता. गोमांस खाणे हे 'पाप' मानले जात असे. जर कोणी गायीला पवित्र प्राणी मानत नसेल, तर तो 'पापी' ठरत असे आणि त्याच्याशी संबंध ठेवणे वर्ज्य मानले. विभक्त झालेले लोक, जे गोमांस खात राहिले, ते 'पापी' ठरले.

एकिकडे गाय पवित्र मानली जाऊ लागली आणि 'वेगळे पडलेले' लोक गो-मांस भक्षण करीत राहिले. त्यांच्या भविष्यात एकच घटना घडणार होती, ती म्हणजे त्यांच्यासोबतचे उठणे-बसणे बंद होईल आणि ते 'अस्पृश्य' बनतील.

या प्रकरणाचा शेवट करण्यापुर्वी हे गरजेचे दिसते की या विचाराच्या विरूद्ध दोन संभाव्य आक्षेपांची उत्तरे देणे आवश्यक वाटते. या विचारावर दोन स्पष्ट आक्षेप तर स्पष्टच आहेत.

एक तर हा की वेगळे पडलेले लोक गो-मांस खात होते, याला काही आधार आहे का ? दुसरा प्रश्न असा आहे की जेव्हा ब्राह्मण आणि ब्राह्मणेतरांनी गोमांस खाणे सोडले, तेव्हा त्यांनी ते खाणे का सोडले नाही ? हे प्रश्न थेट याच पुस्तकात मांडलेल्या मताशी संबंधित आहेत. म्हणून या प्रश्नाचे निराकरण करावे लागेल.

वास्तविक पहिला प्रश्न योग्य आहे आणि तो एक प्रकारचा निकष आहे. जर 'विभक्त लोक' अगदी सुरुवातीपासूनच मांसाहारी असतील, तर हे स्पष्ट आहे की आपल्या नवीन सिद्धांताला त्यामध्ये स्थान नाही कारण जर ते अगदी सुरुवातीपासूनच मांसाहारी होते आणि तरीही त्यांना अस्पृश्य मानले जात नव्हते, तर त्यामुळे ते मांसाहारी होते असे म्हणणे चुकीचे ठरेल. दुसरा प्रश्न हा निकष असू शकत नाही पण तो योग्य आहे. जर ब्राह्मणांनी गोमांस खाणे सोडले आणि ब्राह्मणेतरांनी त्यांचे पालन केले, तर या 'विभक्त लोकांनी' देखील तसे का केले नाही ? जर कायद्याने गोहत्या करणे हे महापाप ठरवले होते कारण गाय हा ब्राह्मण आणि ब्राह्मणेतर यांच्यासाठी

पवित्र प्राणी बनला होता, तर या विभक्त लोकांनाही गोमांस खाण्यापासून का रोखले गेले नाही ? त्यांना गोमांस खाण्यापासून रोखले असते तर अस्पृश्यता निर्माण झाली नसती.

पहिल्या प्रश्नाचे उत्तर असे की, ज्या वेळी एकाच ठिकाणी स्थायिक झालेल्या दोन्ही जाती आणि हे विभक्त झालेले लोक मांसाहारी होते, त्या काळातही एक परंपरा सुरू झाली होती, त्यामुळे एकाच ठिकाणी स्थायिक झालेले लोक ताजे गो-मांस खायचे. पण 'वेगळे पडलेले लोक' मृत गो-मांस खात असतं. आमच्याकडे कोणतेही निश्चित पुरावे नाहीत की एका ठिकाणी वसलेले लोक मृत गो-मांस खात नव्हते. परंतु आमच्याकडे नकारात्मक साक्ष आहे ज्यावरून असे दिसून येते की या 'विभक्त लोकांची' मक्तेदारी मृत गाय होती. ही साक्ष महाराष्ट्रातील महारांशी संबंधित आहे, महाराष्ट्रातील महार मृत प्राण्यावर आपला हक्क मानतात. गावातील प्रत्येक हिंदूशी स्पर्धा करून ते आपला अधिकार सिद्ध करतात. याचा अर्थ हिंदू स्वतःच्या मेलेल्या प्राण्याचे मांसही खाऊ शकत नव्हता. त्याला ते फक्त महारांच्या स्वाधीन करावे लागायचे. हे सांगण्याचा आणखी एक उद्देश आहे की जेव्हा गोमांस खाणे ही एक सामान्य प्रथा होती तेव्हा महार मेलेले गोमांस खात आणि हिंदू ताजे गोमांस खात. आता एकच प्रश्न पडतो आणि तो म्हणजे जे वर्तमानासाठी जे खरे आहे, तेच भूतकाळासाठीही खरे आहे का ? हे जे महाराष्ट्राच्या बाबतीत खरे आहे, ते संपूर्ण भारतातील कायम वसलेले आणि 'वेगळे पडलेले' नातेसंबंधाचे उदाहरण मानले जाऊ शकते का ? या संदर्भात महारांमध्ये प्रचलित असलेल्या पारंपरिक लोककथांचा उल्लेख करता येईल. ते म्हणतात की विदर्भाच्या (बिदर) मुस्लिम राजाने त्यांना असे ५२ अधिकार दिले होते, जे इतर हिंदूंना उपलब्ध नव्हते. ते अधिकार विदर्भाच्या राजाने त्यांना दिले हे मान्य केले तर त्या राजाने ते अधिकार पहिल्यांदाच जन्माला घातले नसील. ते आधीपासूनच चालत आलेले असतील. राजाने त्यांना केवळ कागदोपत्री केले. याचा अर्थ असा की या 'विभक्त लोकांची' मेलेले प्राणी खाण्याची आणि या कायम वसलेल्या लोकांची ताजे मांस खाण्याची प्रथा प्राचीन काळापासून प्रचलित होती. अशा प्रकारची प्रथा रूढ होणे अत्यंत स्वाभाविक आहे. कायम वस्ती करून रहाणारे लोक धनवान होते. शेती आणि पशुपालन हे त्यांच्या उपजीविकेचे साधन होते. हे 'विभक्त लोक' कंगाल असे होते. ज्यांच्याकडे उपजीविकेचे कोणतेही साधन नव्हते आणि ते नेहमी कायम वास्तव्य करून असलेल्या लोकांवर अवलंबून असत. गोमांस हा दोघांच्या आहाराचा मुख्य भाग होता आणि कायम वस्ती करून असलेल्या लोकांना गो-मांसाची सोय करणे शक्य होते.

कारण त्याच्यांकडे प्राणी प्राणी होते. या विभक्त लोकांना तसे करता येत नव्हते. कारण त्यांच्याकडे एकही प्राणी नव्हता. अशा परिस्थितीत, कायम वास्तव्य असलेले लोक त्यांची मेलेली जनावरे मृत झाल्यास रोजगार म्हणून वेगळे पडलेल्या लोकांना देत असतील, हे स्वभाविकच नसेल काय ? अगदीच नाही. म्हणून, हे सुरक्षितपणे गृहीत धरले जाऊ शकते की दूरच्या भूतकाळात, कायम वस्ती करून असलेले आणि हे 'विभक्त लोक' गोमांस खात असत, कायम वस्ती करून असलेले ताजे गोमांस खात असत; तसेच ही प्रथा केवळ महाराष्ट्रातच नव्हे तर संपूर्ण भारतात प्रचलित होती हेही खरे.

यामुळे पहिला आक्षेप दूर झाला. आता दुसरा आक्षेप विचारात घ्या. गुप्त राजांनी गोहत्या विरोधात कायदा केला होता, जो गोहत्या करणाऱ्यांसाठी होता. तो विभक्त लोकांना लागू नव्हता, कारण ते गायींची कत्तल करीत नव्हते. ते केवळ मृत गायीचे मांस खात असते. त्यांचे वर्तन गोहत्या प्रतिबंधित कायद्याच्या विरोधात नव्हते. त्यामुळे मृत गायीचे मांस खाण्याची प्रथा चालू ठेवली. ब्राह्मण आणि ब्राह्मणांनी गोमांस खाणे सोडून देणे हे अहिंसेशी संबंधित होते असे गृहीत धरले तर त्यांचे आचरण अहिंसेच्या विरुद्धही नव्हते. गाईची कत्तल करणे ही हिंसा होती, पण मृत गायीचे मांस खाणे ही हिंसा नव्हती. त्यामुळे या विभक्त झालेल्या लोकांना मेलेल्या गायीचे मांस खात राहिल्याबद्दल कोणताही पश्चाताप होण्याचे कारण नव्हते. ते जे काही करत होते, त्यात कायदा किंवा तत्त्व कोणत्याही प्रकारचा अडथळा आणू शकत नव्हते कारण ते कायद्याच्या किंवा तत्त्वाच्या विरुद्ध नव्हते.

आणि त्यांनी ब्राह्मण आणि ब्राह्मणेतर यांचे अनुकरण का केले नाही ? याची दोन उत्तरे आहेत, पहिले म्हणजे त्यांची नकल करणे त्यांच्यासाठी अंत्यत महागडा सौदा होता. त्याशिवाय ते उपाशी राहिले असते, दुसरे म्हणजे, मृत गायी वाहून नेणे हा सुरुवातीला त्यांचा हक्क असला तरी नंतर त्यांचे ते अनिवार्य कर्तव्य बनले. कारण त्यांना मृत जनावरे ओढून न्यावी लागत. म्हणून पुर्वी जसे ते खात होते, नंतरही त्याचे मांस खात राहण्यात त्यांना काही नुकसान दिसले नाही.

वरील आक्षेपांमुळे आमचा सिद्धांत कोणत्याही प्रकारे तर्कहीन नाही.

भाग-६ अस्पृश्यतेच्या उत्पत्तीचा काळ

१५.

अपवित्र आणि अस्पृश्य

'अस्पृश्यता' कधी अस्तित्वात आली ? मूलतत्त्ववादी किंवा परंपरावादी हिंदू म्हणतात की हे प्राचीन काळापासून चालत आले आहे. ते म्हणतात की 'अस्पृश्यते'चे समर्थन केवळ स्मृतींमध्येच नाही, तर धर्मसूत्रांमध्येही आहे, जे काही लेखकांच्या मते ख्रिस्तपूर्व आहेत.

'अस्पृश्यते'च्या उत्पत्तीचा अभ्यास करायचा असेल तर प्रश्न असा आहे की 'अस्पृश्यता' ही प्रथा हिंदू म्हणतात तितकी प्राचीन आहे ?

या प्रश्नाचे उत्तर देण्यासाठी, आपल्याला धर्मसूत्रांचे परीक्षण करावे लागेल, जेणेकरून आपण हे ठरवू शकू की जेव्हा ते अस्पृश्यता आणि 'अस्पृश्याबद्दल बोलतात तेव्हा धर्मसूत्रांचा अर्थ काय आहे ? आज आपल्याला समजत असलेला 'अस्पृश्यते'चा अर्थ त्यांना कळतो का ? आज ज्या अर्थाने आपण 'अस्पृश्य' शब्दाचा अर्थ घेतो, त्याच अर्थाने ते आज 'अस्पृश्य' शब्दाचा वापर करतात ?

पहिला प्रश्न आधी घ्या. धर्मग्रंथांचे वर्णन केल्यास निःसंशयपणे लक्षात येते की त्यांच्यामध्ये एका वर्गाचे वर्णन आहे, ज्याला ते 'अस्पृश्य' म्हणतात. 'अस्पर्श' या शब्दाचा अर्थ 'अस्पृश्य' असा होतो यात काही शंका नाही. तरीही प्रश्न उरतोच की धर्मसूत्रांतील 'अस्पृश्य' हे आधुनिक भारतातील लोकांसारखेच आहेत का ? हा प्रश्न महत्त्वाचा बनतो जेव्हा आपल्याला हे कळते की धर्मसूत्रे असे अनेक शब्द वापरतात- अंत्य, अंत्यज, अंत्यवासिन आणि बहायवदा. पूर्वीच्या स्मृतिने हे शब्द वापरले आहेत, वेगवेगळ्या सूत्रांनी आणि स्मृतीने हे शब्द कोणत्या अर्थाने वापरले आहेत हे जाणून घेणे उपयुक्त ठरेल. खालील तक्ता हे काम करतो.

(१) अस्पृश्य

धर्मसूत्र	स्मृती
१. विष्णू ५, १०४	१. कात्यायन कारिका ४३३,७८३

(२) अत्यंज

धर्मसूत्र	स्मृती
१. वशिष्ठ १६,३०	१. मनु ४.७९,८.६८
२. अपस्तंभ ३, १	२. याज्ञवल्क्य १, १४८, १९७
३. अत्रि २५	

३) बाह्य

धर्मसूत्र	स्मृती
१. आपस्तम्ब १२.३९.१८७	१. मनु २, ८
२. विष्णु १५,१४ ७	२. नारद १, ११४

४) अन्त्यवासिन

धर्मसूत्र	स्मृती
१. गौतम ३१,२३,३२	१. मनु ४,७९,१०, ३९
२. वशिष्ठ १८,३	२. महाभारत शांतिपर्व १४१,२९,३२
३. मध्यमाङ्रिरस याज्ञवल्क्य	३. २८० वर लहानअक्षरात उल्लेख

५) अस्पृष्य

धर्मसूत्र	स्मृती
१. विष्णू ३६,७	१. मनु ४, ६१, ८, २७९
	२. याज्ञवल्रूक्य १२,७३
	३. वृहद्यम स्मृति याज्ञवल्यक ३,२६ वर लहान अक्षरात उल्लेख
	४. अत्रि
	५. वेद व्यास १, १२, १३

दुसरा प्रश्न असा की अंत्य, अंत्यवासीन आणि बाह्य या शब्दांनी ज्या वर्गाला संबोधले जाते, अस्पृष्य शब्दाचा अर्थ अस्पृश्य आहे ? त्यातूनही वर्गाचा बोध होतो ? दुसऱ्या शब्दांत सांगायचे तर एकाच वर्गाच्या लोकांसाठी ही वेगवेगळी नावे आहेत का?

या प्रश्नाचे उत्तर देण्यासाठी धर्मसूत्रे आपल्याला मदत करत नाहीत हे दुर्दैव आहे. 'अस्पृश्य' हा शब्द दोन ठिकाणी आढळतो (एक सूत्रात आणि एक स्मृतीमध्ये). परंतु या शब्दाचा अर्थ असलेल्या त्या जातींची गणना कुठेही केलेली नाही. 'अंत्य' या शब्दाच्या बाबतीतही तेच आहे. 'अंत्य' हा शब्द सहा वेळा (दोन सूत्रे आणि चार स्मृतींमध्ये) आला असला तरी, ते कोण आहेत हे एकदाही नमूद केलेले नाही ? तसेच 'बाह्य' हा शब्दही चार ठिकाणी आढळतो.

हे आले आहे (दोन सूत्रे आणि दोन स्मृतींमध्ये), पण या शब्दात कोणत्या जाती येतात हे लिहिलेले नाही. अंत्यवासिन आणि अंत्यज हे दोन्ही शब्द अपवाद आहेत. पण इथेही काही धर्मसूत्रात त्यांची संख्या स्मृतींमध्ये दिली आहे-अंत्यजला अत्री स्मृती तसेच वेद व्यास स्मृतीमध्ये. ते कोण आहेत हे खालील तक्ता पाहून लक्षात येईल.

अंत्यवासन	**अन्त्यज**	**मध्यमांगीरस**
	अत्रि	**वेद व्यास**
१. चांडाळ	१. नट	१. चांडाल
२. श्वापक	२. मेंद	२. श्वापक
३. छत्त	३. भिल्ल	३. नट
४. सूत	४. रजक	४. मेद
५. वैदेहिक	५. चर्मकार	५. भिल्ल
६. मागद	६. बुरूद	६. रजक
७. आयोगव	७. कैवर्त	७. चर्मकार
		८. विरत
		९. दास
		१०.भट्ट
		११. कोलिक
		१२. पुष्करण

वरील तत्त्यावरून हे स्पष्ट होते की अंत्यवासीन आणि अंत्यज हे केवळ शब्द आहेत. त्यामध्ये काहीही निश्चित नाही किंवा अर्थामध्ये कोणत्याही प्रकारची समानता

नाही. उदाहरणार्थ, मध्यमंगिरस आणि वेदव्यास यांच्यानुसार चांडाल आणि श्वापक हे दोघेही अंत्यवासिन आणि अंत्यजांमध्ये गणले गेले आहेत. परंतु जेव्हा मध्यमांगीरांची तुलना अत्रिसोबत केली जाते. त्यामुळे हे वेगवेगळ्या श्रेणींमध्ये विभागलेले दिसतात. 'अंत्यज'च्या बाबतीतही तेच खरे आहे. उदाहरणार्थ, वेदव्यासांच्या मते, 'चांडाळ' आणि 'श्वापक' हे अंत्यज आहेत पण अत्रिच्या मते ते अंत्यज नाहीत. मग अत्रिच्या मते बुरुड आणि कैवर्त हे अंत्यज आहेत, पण वेद व्यासाच्या मते ते नाहीत. मग वेद व्यासानुसार (१) विराट (२) दास (३) भट्ट (४) कोलिका आणि (५) पुष्कर हे अंत्यज आहेत, परंतु अत्रिच्या मते नाहीत.

त्याचे सार इतकेच आहे की 'अस्पृश्य' कोण होते हे ठरवण्यात धार्मिक स्रोत किंवा आठवणी आपल्याला कोणतीही मदत करत नाहीत. त्याचप्रमाणे ज्या वर्गांना अंत्यवासीन, अंत्यज किंवा बाह्य असे संबोधले जात होते, ते 'अस्पृश्य' होते की नाही, याबाबत धर्मसूत्रे आणि स्मृतीही आपल्याला मदत करत नाहीत ? दुसरा काही मार्ग आहे का ज्यावरून ठरवता येईल की या वर्गापैकी एक वर्ग अस्पृष्य श्रेणीत येतो किंवा नाही ? त्या प्रत्येक श्रेणीबद्दल जी काही माहिती उपलब्ध आहे ती गोळा केली तर बरे होईल.

बाह्य यांचेच घ्या. ते कोण आहेत ? ते अस्पृश्य आहेत का ? मनूने त्यांचा उल्लेख केला आहे. त्यांची स्थिती समजून घेण्यासाठी मनूच्या सामाजिक वर्गीकरणाच्या योजनेचा उल्लेख करणे आवश्यक आहे. मनुने लोकांना अनेक वर्गात विभागले आहे. सर्वप्रथम तो (१) वैदिक आणि (२) दास्यांचे ढोबळ वर्गीकरण करतो. पुढे त्यांनी वैदिक ग्रंथांचे चार उपविभाग केले. (१) जे चातुर्वर्ण्यच्या आत आहेत, (२) जे चातुर्वर्ण्याबाहेर आहेत. (३) ब्रात्य, (४) पतित किंवा जात-बहिष्कृत.

चातुर्वर्ण्यांमध्ये व्यक्तीची गणना होते किंवा नाही, हे त्याच्या पालकांच्या वर्णांवर अवलंबून असते. जर त्याचे पालक समान वर्णाचे असतील तर त्याची गणना या चातुर्वर्ण्यमध्ये होते. जर तो वेगवेगळ्या वर्णांच्या संकरातून जन्मला असेल तर ज्याला मिश्र विवाह म्हणतात, ज्याला मनू वर्ण संकर म्हणतो, तर त्याला चातुर्वर्ण्याबाहेर मानले जात असे. ज्यांना चातुर्वर्ण्याबाहेर मानले जाते, त्यांचे मनूने पुन्हा दोन वर्ग केले आहेत-(१) अनुलोम (२) प्रतिलोम. अनुलोम म्हणजे ज्यांचे वडील उच्च जातीचे आहेत पण आई खालच्या जातीची आहे आणि प्रतिलोम त्याच्या उलट आहे म्हणजे ज्यांची आई उच्च जातीची आहे आणि वडील खालच्या जातीचे. अनुलोम आणि प्रतिलोम हे दोन्ही चातुर्वर्ण्य बाहेर असल्यामुळे एकच असले तरी मनुने दोघांमध्ये भेद केला आहे. तो प्रतिलोमला वर्णबाह्य किंवा केवळ बाह्य म्हणतो आणि प्रतिलोमला हीन.

हीन हे बाह्य लोकापेक्षा कमी दर्जाचे आहेत. परंतु मनुच्या नजरेत प्रतिलोम किंवा अनुलोम असे दोघेही 'अस्पृश्य' नाहीत, किंवा हीन नाहीत.

मनुचा श्लोक असा आहेः

न संवसेच्च पतितैर्न चाण्डालैर्न पुल्कसैः ।।

न मूर्खेर्न विलिपप्तैश्च नान्त्यैर्नान्स्याव सायभिः ।। ४,७१

अशाप्रकारे 'अन्त्य' हे अस्पृष्य असल्याचे कोणतेही पुरावे मिळत नाहीत. अधिक शक्यता ही आहे की गावाच्या शेवटी वास्तव्य करीत असल्याने त्यांना अंत्यज' असे नाव पडले असावे. त्यांची 'नीच जात' म्हणून गणना होण्याचे कारण बृहदारण्यक उपनिषद (१,३) कथेत येते, ज्याचा उल्लेख श्री काणे यांनी केला आहे. कथा पुढीलप्रमाणेः-

'देव आणि दानवांमध्ये युद्ध झाले. देवांना वाटले की आपण त्याच्याद्वारे दानवांवर विजय मिळवू शकतो. त्यात एक उतारा आहे की या देवाने (प्राण) जे पाप (वाक आदी) केले, त्यांच्यासाठी मृत्यू समान होते. त्याला एकिकडे फेकून देवताच्या शेवटी पोहचवले. म्हणून कोणी आर्यांच्या मर्यादेबाहेर नाही गेले पाहिजे, ना दिशेच्या शेवटी. त्याने असा विचार केला पाहिजे की असे केल्याने तो 'पाम्पन' म्हणजेच मृत्यूच्या हाती लागू शकतो.

'अंत्य' या शब्दाचा अर्थ या परिच्छेदात दिसणाऱ्या 'दिशाम अंत' या अर्थावर अवलंबून आहे. 'दिशाम अंताचा' अर्थ 'गावाच्या हद्दीच्या शेवटी' असा घेता येत असेल आणि तो ओढून ताणून काढलेला अर्थ मानला नाही, तर 'अंत्य लोक अस्पृश्य' होते. यातून इतका अर्थ निघतो की ते गावच्या सीमेवर रहात असत.

जितका 'अंत्यजो'चा संबंध आहे, त्यांच्याबद्दल आपल्याला जे काही माहिती आहे ते त्यांच्या 'अस्पृश्य' असण्याच्या कल्पनेचे खंडन करण्यासाठी पुरेसे आहे. त्यापैकी काही गोष्टींकडे लक्ष दिले जाऊ शकतेः-

महाभारताच्या शांतीपर्वात (१०९,९,११) अंत्यज हे सैनिक असल्याचा उल्लेख आहे. सरस्वती विलास यांच्या मते, पितामहने राजांच्या सात जातींबद्दल सांगितले आहे, ज्यांची 'निसर्गाच्या रूपांमध्ये' गणना होते. प्रकृती म्हणजे धोबी इत्यादी व्यावसायिक श्रेणी. हे शक संवत ६२२ च्या भिल्लस द्वितीयच्या संगमनेर (ताम्रपट) वरून स्पष्ट होते. या (ताम्रपटात) एका गावाने १८ निसर्गांना दान दिल्याचा उल्लेख आहे. वीर मित्रोदय म्हणतात की श्रेणी म्हणजे रजक इत्यादी अठरा जाती, ज्यांना एकत्रितपणे अंत्यज म्हणतात. या गोष्टींचा विचार करता अंत्यज लोकांना 'अस्पृश्य' मानले गेले असे म्हणता येत नाही.

आता ‘अंत्यवासीं’ घ्या. ते कोण होते ? ते अस्पृश्य होते का ? अंत्यवासीन हा शब्द दोन अर्थाने वापरला गेला आहे. त्याचा एक अर्थ असा आहे की जो ब्रह्मचारी गुरूच्या घरी गुरूंसोबत राहतो. अंत्यवासीन हा शब्द ब्रह्मचारीसाठी आला आहे. कदाचित तो शेवटी भोजन करीत असल्याने हा शब्द रूढ झाला असावा. ते काहीही असो, या संदर्भात या शब्दाचा अर्थ ‘अस्पृश्य’ असा होऊ शकत नाही हे निर्विवाद आहे. ब्राह्मण, क्षत्रिय आणि वैश्य हेच ब्रह्मचारी होऊ शकत असताना हे कसे घडू शकते ? दुसऱ्या अर्थाने तो ‘लोकसमूह’ दर्शवतो, पण त्यातही हा शब्द ‘अस्पृश्य’ असा समानार्थी होता की काय अशी शंका येते.

‘वसिष्ठ धर्म-सूत्र’ (१८, ३) नुसार ते शूद्र पिता आणि वैश्य मातेची मुले आहेत, परंतु मनूच्या मते (१५, ८९) ते चांडाल पिता आणि निषाद मातेची मुले आहेत. त्यांच्या वर्गाबद्दल, मिताक्षरा म्हणते की ‘अंत्यज’ बद्दल जे खरे आहे ते अंत्यवासींबद्दलही खरे मानले जाऊ शकते.

इथे थांबून आपल्या प्राचीन वाङ्मयातील ‘अंत्यवासीन’, ‘अंत्य आणि अंत्यज’ इत्यादींच्या सामाजिक स्थितीबद्दलची माहिती घेतली, तर ‘अस्पृश्य’ ‘आधुनिक’ असे म्हणायला आपण स्वतंत्र नाहीत की अस्पृष्य शब्दाच्या आधुनिक अर्थात ते अस्पृष्य होते. परंतु ज्यांना अजूनही शंका आहेत त्यांचे समाधान करण्यासाठी, ही चाचणी दुसऱ्या दृष्टिकोनातून केली जाऊ शकते की ते ‘अस्पृश्यता’ या शब्दाचा अर्थ काय घेत होते.

या उद्देशाच्या पूर्ततेसाठी धर्मग्रंथात केलेले ‘प्रयाश्चित’चे नियम आपण अभ्यासून पाहू या. धर्मसूत्रांच्या वेळीही ‘अस्पृश्य’ या शब्दाचा तोच अर्थ घेतला गेला होता की नाही. जसे आज घेता जातो.

उदाहरणादाखल ‘चांडाळा’ ही जात ‘अस्पृश्य’ म्हणून घेऊ. सर्वप्रथम, हे लक्षात ठेवले पाहिजे की ‘चांडाळ’ या शब्दावरून कोणत्याही विशिष्ट जातीचा उल्लेख होत नाही. ही संज्ञा अनेक प्रकारच्या लोकांसाठी आहे. शास्त्रात एकूण पाच प्रकारच्या चांडाळांचे वर्णन केले आहे. ते आहेत (१) शूद्र पित्याची आणि ब्राह्मण आईची मुले, (२) कुमारी मुलीची मुले, (३) सगोत्र स्त्रीची मुले, (४) जो सन्यासी बनतो आणि परत येतो त्याची मुले. गृहस्थ असणे, (५) बाप न्हावी आणि आई ब्राह्मण- याची मुलं.

हे सांगणे कठीण आहे की कोणता चांडाळ ‘शुद्ध’ होण्यासाठी आवश्यक आहे. सर्व चांडाल ‘शुद्ध’ असणं महत्त्वाचं आहे असं आपण मानतो. शास्त्राने शुद्धीकरणाचे कोणते नियम सांगितले आहेत ?

गौतम धर्म सूत्र (१६, ३) असा आदेश देत की एक चांडाळ जो 'बहिष्कृत' आहे, एक स्त्री जी 'सुतका' मुळे 'अपवित्र' आहे, मासिक धर्मामुळे अपवित्र स्त्री, जर कोणी मृतदेहाला स्पर्श केल्यामुळे किंवा त्या लोकांच्या संपर्कात आला तर त्या व्यक्तीला (कपड्यांसह) स्नान करून शुद्ध करता येते.

वसिष्ठ धर्मसूत्र (४, ३७) ची आज्ञा खालीलप्रमाणे आहे:-

यज्ञस्तंभ, शवपेटी, स्मशानभूमी, मासिक पाळीची स्त्री किंवा नुकतीच प्रसूती झालेली स्त्री, अस्वच्छ लोक किंवा चांडाळाला स्पर्श करणारे लोक यांनी पाण्यात बुडून स्नान करायला हवे."

बौधयन वशिष्ठाशी सहमत आहे. कारण त्याचे धर्मसूत्र (प्रश्न १, अध्याय ५, विभाग ६, श्लोक ५) चे म्हणणे देखील असेच आहे.

'अपवित्र ठिकाणी लावलेल्या झाडाला, चिताला, यज्ञस्तंभाला, चांडाळला किंवा वेदविक्रेत्याला एखाद्या ब्राह्मणाने स्पर्श केला तर त्याला पवित्र स्नान करावे लागेल.' मनुस्मृतीचे नियम खालीलप्रमाणे आहेत:-

दिवाकीर्तिमुदक्या च पतित सूतिका तथा ।
शवं तपृष्ट्टिन चैव स्पृह स्ननेन शुद्ध यदि । १५,८५

अर्थ : जेव्हा ब्राह्मणाने चांडाळ, रजस्वला, पडलेल्या, गरोदर स्त्री, मृत शरीर किंवा ज्याने प्रेताला स्पर्श केला असेल, स्नान केल्याने तो पवित्र होतो.

श्चभिर्हतस्य यन्मासं शुचि तन्मनुरब्रवीता ।
क्रव्याभिहश्च अतस्यान्यैश्चाण्डालाद्यैश्च दस्युभि । १५,१३१

अर्थ : कुत्र्यांनी मारलेल्या प्राण्याचे मांस, इतर मांसाहारी प्राण्याने मारलेल्या प्राण्याचे मांस किंवा चांडाळाने मारलेल्या प्राण्याचे मांस अपवित्र असते.

उच्छिष्टेनं तु द्रव्यहस्तः कथं च न ।
अनिश्चायैव तद्रव्यमाचान्तः शुचितामियात ।। ५, १४३

अर्थ : कोणतीही वस्तू कोणत्याही प्रकारे वाहून नेत असताना, जर ती एखाद्या 'अपवित्र' व्यक्तीला किंवा वस्तूला स्पर्श ? झाला तर ती वस्तू न स्वीकारता, आचमनाने ती शुद्ध होते.

'धर्मसूत्रे' आणि 'मनु-स्मृती' या ग्रंथांमधून उद्धृत केलेल्या या ग्रंथांवरून पुढील गोष्टी स्पष्ट होतात.

१) चांडाळाच्या स्पर्शाने केवळ ब्राह्मण अपवित्र झाले.

२) बहुधा, विशेष विधींच्या निमित्तानेच शुद्ध आणि अपवित्र मानले जात असे.

हे निष्कर्ष योग्य असतील तर ते 'अवित्र' ठरतात, 'अस्पृश्य' नाही. 'अवित्र' आणि 'अस्पृश्य' यातील फरक अगदी स्पष्ट आहे. 'अस्पृश्य' प्रत्येकाला 'अपवित्र' बनवतो. पण अपवित्रतेमुळे केवळ ब्राह्मणच अपवित्र ठरतो. कर्मकांडाच्या निमित्ताने अपवित्राच्या स्पर्शाने अपवित्र ठरते. अस्पृश्यतेचे तसे नाही.

आणखी एक युक्तिवाद आहे, ज्याचा अद्याप उल्लेख केलेला नाही. धार्मिक स्त्रोतांमध्ये ज्या जातींच्या नावांचा उल्लेख करण्यात आला आहे त्या 'अस्पृश्य' होत्या ही कल्पना यातून नेहमीच खोटी ठरते. आतापर्यंत, दुसऱ्या प्रकरणातील 'कौन्सिल ऑर्डर'ची जात यादी आणि या प्रकरणातील आठवणींच्या आधारे तयार केलेली यादी यांची तुलना केल्याने हे उद्भवते. या तुलनेतून काय स्पष्ट होते. कोणीही पाहू शकतो, हे दर्शविते.

१) स्मृतीमध्ये दिलेल्या जातींची कमाल संख्या फक्त १२ आहे, परंतु 'काउंसिल ऑर्डर'मध्ये ज्यांची नावे आहेत त्यांची संख्या ४२९ वर पोहोचली आहे.

९) अशा जाती आहेत, ज्यांची नावे 'काउंसिल ऑर्डर'मध्ये आहेत, पण स्मृतींमध्ये नाहीत. ४२१ पैकी ४२९ जाती अशा आहेत ज्यांची नावे स्मृतित नाहीत.

३) अशा जाती आहेत, ज्यांची नावे स्मृतीत आहेत, पण 'काउंसिल ऑर्डर' यादीत नाहीत. (४) एकच जात अशी आहे की ज्यांची नावे दोन्ही यादीत आहेत. पण 'काउंसिल ऑर्डर' नुसार त्यांना देशाच्या काही भागातच अस्पृश्य मानले जाते. चर्मकार हे भारतभर अस्पृश्य मानले जातात.

'अपवित्र' आणि 'अस्पृश्य' वेगळे आहेत असे मानत नसणारे वरील गोष्टींपासून अनभिज्ञ आहेत असे वाटते. मात्र त्यांना त्याकडे लक्ष द्यावे लागेल. या गोष्टी इतक्या खास आणि प्रभावशाली आहेत की आपल्याला या गोष्टीचा स्वीकार करावा लागेल की 'अपवित्र' आणि 'अस्पृश्य' वेगळे आहेत.

पहिलाच मुद्दा घ्या. यामुळे एक महत्त्वाचा प्रश्न निर्माण होतो.

जर दोन्ही याद्या सारख्याच आणि सारख्याच लोकांच्या असतील तर दोघांमध्ये हा फरक आणि इतका फरक का ? धर्मग्रंथात ज्या जातींची नावे आली आहेत, त्या 'कौंसिल ऑर्डर'च्या यादीत नाहीत हे कसे ? तर दुसरीकडे ज्या जातींची नावे 'कौंसिल ऑर्डर'च्या यादीत येतात त्या धर्मग्रंथाच्या यादीत नाहीत हे कसे ? ही पहिली अडचण आपल्यासमोर आहे.

याचा अर्थ फक्त एकाच प्रकारची माणसे असा गृहीत धरला तर प्रश्न फारच

गंभीर होतो. तर स्पष्ट आहे की सुरवातीला 'अस्पृश्यता' फक्त बारा जातींपुरतीच मर्यादित होती ती ४२९ जातींमध्ये कशी पसरली ? 'अस्पृश्यतेच्या' या प्रचंड साम्राज्याच्या विस्ताराचे काय कारण आहे ? या ४२९ जाती धर्मग्रंथात ज्या बारा जातींचा उल्लेख केल्या आहेत त्याच वर्गातल्या असतील तर या चारशे एकोणतीस जातींची नावे कोणत्याही धर्मग्रंथात का नाहीत ? धर्मग्रंथ लिहिण्यात आले तेव्हा या चारशे एकोणतीस जातींपैकी एकही जात अस्तित्वात नव्हती का ? सर्वच नसतील तर काही तरी असतीलच. मग त्यांची नावे धर्मग्रंथात का सापडत नाहीत ?

जर आपण असे गृहीत धरले की दोन्ही याद्या एकाच वर्गाच्या लोकांच्या आहेत, तर या प्रश्नांची कोणतीही समाधानकारक उत्तरे देणे कठीण आहे आणि जर आपण हे मान्य केले की दोन्ही याद्या दोन भिन्न वर्गाच्या लोकांच्या आहेत, तर हे सर्व प्रश्न नाहीसे होतात. खरे तर या याद्या दोन वेगवेगळया वर्गाच्या लोकांच्या होत्या, शास्त्रांची यादी अपवित्र लोकांची आहे आणि 'कौसिंल-आदेशा'ची यादी 'अस्पृश्य' लोकांची आहे. दोन्ही याद्या वेगळया असण्याची ही कारणे आहेत. याद्यांमधील फरक या वस्तुस्थितीचे समर्थन करतो की धर्मग्रंथात नमूद केलेल्या जाती केवळ 'अपवित्र' आहेत. त्यांचा संबंध आजच्या अस्पृश्यांशी जोडणे चूक आहे.

आता दुसरा मुद्दा घ्या. जर 'अपवित्र' आणि 'अस्पृश्य' हे एकच आहेत, आणि तेच आहेत, तर मग असे का की ४२९ जातीपैकी एकदम ४२७ जातीचे ज्ञान स्मृतिला नाही. स्मृतीच्या वेळी जाती अस्तित्त्वात असाव्यात. ते जर आता अस्पृष्य आहेत, तर तर त्याकाळी पण अस्पृष्यच असतील. मग स्मृतीमध्ये त्यांचे नाव का नाही?

आता तिसरा मुद्दा घ्या. अपवित्र आणि अस्पृष्य एकच आहेत आणि तेच आहेत ज्या जातींची नावे स्मृतिमध्ये येतात, त्यांची नावे 'कौसिलच्या आदेशां'च्या यादीत का येत नाहीत ? या प्रश्नाची दोनच उत्तरे असू शकतात. एक म्हणजे ते एके काळी 'अस्पृश्य' होते, परंतु नंतर अस्पृष्य राहिले नाहीत. दुसरे म्हणजे, दोन्ही याद्यांमध्ये जातींची नावे आहेत, जे पूर्णपणे भिन्न प्रवर्गातील आहेत. पहिले उत्तर निराधार आहे कारण अस्पृश्यता कायम आहे. काळ त्याला पुसूनही काढू शकत नाही. एकमेव संभाव्य उत्तर दुसरे आहे.

आता चौथा मुद्दा घ्या. या दोन्ही यादीत फक्त चर्मकारालाच स्थान का मिळाले आहे ? याचे उत्तर असे असू शकत नाही की दोन्ही याद्या एकाच श्रेणीतील लोकांच्या आहेत. हे बरोबर उत्तर असते तर केवळ चर्मकारांचीच नाही, तर स्मृतीच्या यादीत

दिलेल्या इतर सर्व जातींची नावे दोन्ही यादीत दिसली असती; पण ती आली नाहीत. बरोबर उत्तर आहे की दोन्ही याद्या लोकांच्या दोन वेगवेगळ्या श्रेणीतील आहेत. काही अपवित्रांच्या यादीत काही अस्पृश्यांच्या नावेही आहेत. याचे कारण जे एकेकाळी अपवित्र होते ते नंतर अस्पृश्य झाले. दोन्ही यादीत चर्मकाराचे नाव दिसते हे खरे आहे. पण 'अपवित्र' आणि 'अस्पृश्य' यात फरक नसल्याचा हा काही पुरावा असू शकत नाही. एकेकाळी 'अपवित्र' असलेला चर्मकार नंतर 'अस्पृश्य' बनला हे यावरून सिद्ध होते. त्यामुळेच त्याचे नाव दोन्हीकडे समाविष्ट असल्याचे आढळून आले आहे.

स्मृतींमध्ये नमूद केलेल्या बारा जातींपैकी एकट्या चर्मकारालाच 'अस्पृश्य' का ठरवण्यात आले ? याचे कारण समजणे अवघड नाही. ज्या गोष्टीने चर्मकार' आणि इतर 'अपवित्र' जातींमध्ये भेदभावाची भिंत निर्माण केली आहे ती म्हणजे गो-मांसाहार. ज्या काळात गाईला 'पवित्र' दर्जा मिळाला आणि मांसाहारी गाय खाणे 'पाप' ठरवले जाऊ लागले, त्या काळात 'अपवित्र' लोकांमध्ये फक्त गो-मांसाहारी लोकच 'अस्पृश्य' बनले. चर्मकार ही एकमेव गो-मांसाहारी जात आहे, त्यामुळे या एकमेव जातीचे नाव दोन्ही यादीत दिसते. चर्मकारासंबंधीच्या प्रश्नाचे उत्तर दोन गोष्टींच्या संदर्भात निर्णायक आहे. हे 'अपवित्र' लोक अस्पृश्यांपेक्षा वेगळे आहेत आणि गोमांस खाणे हे अस्पृश्यतेचे मूळ कारण ठरले, जे 'अस्पृश्येपासून' 'अपवित्रतेला' वेगळे ठरवते.

अस्पृश्यता आणि अपवित्रता एकच नाहीत, अस्पृश्यतेचा मुद्दा ठरवण्यात या वस्तुस्थितीला खूप महत्त्व आहे. त्याशिवाय अस्पृश्यतेचा काळ निश्चित करण्याचा प्रयत्न करणे मार्गापासून दूर जाणे ठरेल.

१६.

बहिष्कृत लोक अस्पृश्य कधी झाले ?

आजवर झालेल्या चर्चेतून हे सिद्ध झाले आहे की, एक काळ असा होता की भारतातील प्रत्येक गावाचे दोन भाग होते. एक स्थायिक लोकांचा, दुसरा बाहेरून आलेल्या लोकांचा. दोघेही दूर राहत असले तरी. 'स्थायिक' लोक गावाच्या आत आणि 'बाहेरून आलेले' लोक गावाबाहेर होते. तरीही त्या दोघांच्या सामाजिक वागण्यात कोणत्याही प्रकारचा आडकाठी आली नाही. जेव्हा गाईला पवित्रतेचा दर्जा मिळाला आणि गोमांस खाण्यास बंदी घातली गेली तेव्हा समाज दोन भागात विभागला गेला. विचार करण्याजोगा शेवटचा प्रश्न हा आहे की स्थायिक झालेल्या जाती स्पृश्य जाती केव्हा ठरल्या आणि बाहेरून आलेल्या जाती अस्पृश्य केव्हा झाल्या आणि बाहेरून आलेल्या लोकांना अस्पृश्य केव्हा मानले गेले. अस्पृश्यतेच्या उत्पत्तीची नेमकी तारीख ठरवण्यात येणाऱ्या अडचणी स्पष्ट आहेत. 'अस्पृश्यता' हा सामाजिक मानसशास्त्राचा एक पैलू आहे. एका गटाचा दुसऱ्या समूहाविरुद्ध हा एक प्रकारचा सामाजिक द्वेष आहे. हे सामाजिक मानसशास्त्राचे एक विरुद्ध, विकृत वाढीव स्वरूप आहे, ज्याचा आकार विकसित होण्यास थोडा वेळ लागला असावा. त्यामुळे, एखादी गोष्ट अस्तित्वात येण्याची नेमकी तारीख ठरवण्याचा दावा कोणीही करू शकत नाही, जी बहुधा बीजरूपात उगम पावली आणि रक्तबीजच बनली आणि सर्वव्यापी झाली. अस्पृश्यतेची बीजे कधी रुजली असतील याची कल्पनाही करता येत नाही. कोणतीही विशिष्ट तारीख सोडा, त्या संदर्भातला अंदाज बांधणेही कठीण आहे.

निश्चित तारीख शक्य नाही. पण अंदाजे तारीख देता येईल. यासाठी सर्वप्रथम आपल्याला वरील गोष्टीचा आधार घ्यावा लागेल, जेव्हा 'अस्पृश्यता' अस्तित्वात नव्हती आणि 'अस्पृश्यता' सुरू झाली तेव्हा खालची मर्यादा. वरची मर्यादा ठरवताना पहिली गोष्ट लक्षात घेतली पाहिजे ती म्हणजे ज्याला अंत्यज म्हणतात ते वेदांमध्ये

सांगितले आहे. पण त्यांना 'अस्पृश्य' मानले जात नव्हते इतकेच नव्हे तर त्यांना 'अपवित्र'ही मानले जात नव्हते. या निकालाच्या समर्थनार्थ श्री.काणे यांचे हे विधान उद्धृत करता येईल.

'प्रारंभिक वैदिक वाङ्मयात अशी अनेक नावे आहेत, ज्यांना स्मृतींनी 'अंत्यज' म्हटले आहे. ऋग्वेदात (८, ८, ३८) चर्मणा आढळते. वाजसनेय संहितेत 'चांडाळ' आणि 'पौलक्स' आढळतात.

वेद आणि वाप्त (न्हावी) हे ऋग्वेदातही आढळतात, विदलकारा किंवा विद लारक (स्मृतीच्या बुरुडाचे प्रतिनिधी) वाजसनेय-संहिता आणि तैत्तिरीय ब्राह्मणात आढळतात. वाजसनेयी संहितेतील वसाहपालपुली (धोबिन स्मृतींच्या राजांचे प्रतिनिधी). परंतु या उताऱ्यांमध्ये असा कोणताही संकेत नाही की लोक जरी 'जात' झाले असले तरी ते 'अस्पृश्य' होते.' (धर्मशास्त्र खंड २)

त्यामुळे वैदिक काळात कुठेही अस्पृश्यता नव्हती. 'धर्मसूत्रांच्या' काळाचा संबंध आहे, त्या वेळी 'अशुद्धता' होती, पण 'अस्पृश्यता' नव्हती हे आपण पाहिले आहे.

मनूच्या काळात 'अस्पृश्यता' होती का ? या प्रश्नाचे उत्तर पटकन देता येणार नाही. मनुस्मृतीत एक श्लोक आहे, ज्यात मनू म्हणतो की चारच वर्ण आहेत, पाचवा नाही. हा श्लोक कोड्याच्या स्वरूपात आहे, खालीलप्रमाणे:

ब्राह्मण, क्षत्रिय, वैश्यस्त्रोवर्ण, द्विजातय. चतुर्थ एकजातिस्तु शूद्र नास्ति तु पंचम् । १०,४ याचा नेमका अर्थ काय हे सांगणे सोपे नाही. ज्या वेळी मनुस्मृतीच्या लेखकाने ती लिहिली त्या वेळी काहीतरी वाद सुरू झाला असावा हे स्पष्ट आहे. तोच वाद मनूने इथे शांत करण्याचा प्रयत्न केला आहे. चातुर्वर्ण्य संदर्भात हा वाद कुठल्यातरी 'जाती'च्या संबंधात असावा असे स्पष्ट दिसते. हे तितकेच स्पष्ट आहे की वादाचे केंद्रबिंदू काय असेल ? थोडक्यात, एखाद्या विशिष्ट जातीला चातुर्वर्ण्याबाहेरील पाचवी 'जात' मानायची की नाही हा वादाचा विषय झाला असावा ? हे अगदी स्पष्ट आहे. हा वाद कोणत्या 'जाती'बद्दल होता हे स्पष्ट नाही ? कारण मनूने ज्या 'जात' संदर्भात वाद होता त्या 'जाती'चे नाव सांगितले नाही.

या श्लोकानेही एक कोडे बनवले आहे कारण मनूचा निर्णयही अस्पष्ट आहे. पाचवा वर्ण नाही असे मनुने फर्मान काढले. सामान्य विधान म्हणून, त्याचा एक अर्थ आहे जो प्रत्येकाला समजतो. पण ज्या विशिष्ट जातीचा दर्जा हा वादाचा विषय होता त्यांना हा निर्णय लागू केला जातो तेव्हा त्याचा काय अर्थ होतो ? हे स्पष्ट आहे की त्याचे दोन अर्थ आहेत. याचा अर्थ असाही होऊ शकतो की पाचवा वेद आणि वप्ता

(नाव्ही) ऋग्वेदात देखील, विदलकार किंवा विद लरक (स्मृतिच्या बुरूदचे प्रतिनिधी) वाजसनेय-संहिता तसेच तैत्तरीय ब्राह्मणात येते. वासहपलपुली (धोबिन स्मृतिंचा रजकांचा प्रतिनिधी) वाजसनेय संहितेत. परंतु या संहितेत या गोष्टीकडे देखील इशारा केलेला नाही की जाती निर्माण झाल्या असल्या तरी ते अस्पृष्य होते."(धर्मशास्त्र खंड २)

अशाप्रकारे वैदिक काळात कसलीही अस्पृष्यता नव्हती. धर्मसूत्राच्या काळाचा विषय आपण पाहिला आहे की त्यावेळी 'अपवित्रता होती,' 'अस्पृष्यता' नव्हती. काय मनुच्या काळात अस्पृष्यता होती ? या प्रश्नाचे तात्काळ उत्तर नाही देता येणार. मनुस्मृतिचा एक श्लोक आहे, ज्यात मनु म्हणतो की वर्ण केवळ चार आहेत. पाचवा नाहीच आहे. हा श्लोक म्हणजे जणू एक रहस्य आहे. तो असा आहेः

ब्राह्मण क्षत्रियोवैश्यस्त्रोवर्णा द्विजातयः।

चतुर्थ एकजातिस्तु शुद्रो नास्ति तु पंचम। १०,४

याचा नेमका अर्थ काय आहे, असे म्हणणे सोपे नाही. हे स्पष्ट आहे की ज्या काळात मनुस्मृतिच्या लेखकाने हे लिहिले आहे, त्याकाळी कसला तरी विवाद चालू असावा. मनुने तो विवाद कमी इथे प्रयत्न केला आहे. हे स्पष्टच दिसत आहे की हा विवाद वर्ण आणि एखाद्या जातीच्या संदर्भात उत्पन्न झाला असावा. हे पण तितकेच स्पष्ट आहे की विवादाचा केंद्रबिंदू काय असावा ? थोडक्यात सांगायचे झाले तर एखाद्या जातीला पाचव्या वर्णात टाकावे काय ? हे उघडच आहे. उघड हे नाही की हा विवाद कोणत्या 'जातीच्या' संदर्भात होता ? मनुने त्या जातीचा उल्लेख केला नाही.

हा श्लोक यामुळे रहस्यमय वाटतो की मनुचा निर्णय देखील अस्पष्ट आहे. मनुचा निर्णय आहे की कोणताही पाचवा वर्ण नाही. एक सामान्य स्वरूपात याला जो अर्थ आहे तो प्रत्येकालाच समजू शकतो. परंतु या निर्णयाला त्या खास जातीसाठी म्हणून घेतला, ज्याचा दर्जा विवादास्पद विषय होता. तर याचा अर्थ काय असता ? स्पष्ट आहे की याचे दोन अर्थ निघाले असते. कारण पाचवा वर्ण नसल्यामुळे, ती विशिष्ट जात या चार वर्णापैकीच एक समजल्या गेली असेल. आणि त्याचा दुसरा अर्थ असाही होऊ शकतो की केवळ चार वर्ण असल्यामुळे पाचवा असू शकत नाही, म्हणून ती विशिष्ट जात पूर्णपणे चातुर्वर्ण्याबाहेर मानली गेली असेल. सनातनी हिंदूंचे पारंपारिक मत असे आहे की मनुस्मृतीचे हे अवतरण 'अस्पृश्यांशी' संबंधित आहे. तो 'अस्पृश्यांचा दर्जा' हाच वादाचा विषय होता; आणि मनूचा निर्णय फक्त अस्पृश्यांच्या दर्जाबाबत आहे. हा अर्थ इतका रुजला आहे की त्यामुळे हिंदूत दोन फरक मानले जाऊ लागले. सवर्ण हिंदू तसेच अवर्ण हिंदू अर्थात अस्पृष्य. प्रश्न असा आहे की ही कल्पना

योग्य आहे का ? मनूच्या या श्लोकाचा अर्थ काय आहे ? याचा अर्थ 'अस्पृश्य' असा होतो का ? हे शक्य आहे की या विषयावरील चर्चा वादग्रस्त प्रश्नापासून दूर आहे असे वाटू शकते, परंतु तसे नाही. कारण हा श्लोक केवळ अस्पृश्यांशी संबंधित असेल तर मनूच्या काळात अस्पृश्यता होती हे सिद्ध होऊ शकते. हा एक असा परिणाम आहे जो विचाराधीन विषयाशी थेट संबंधित आहे. त्यामुळे या विषयावर चर्चा करावी लागणार आहे.

वरील अर्थ चुकीचा आहे असे माझे ठाम मत आहे. या श्लोकाचा अस्पृश्यांशी काहीही संबंध नाही असे माझे मत आहे. मनूने कोठेही सांगितले नाही की ती कोणती जात होती ज्याचा दर्जा हा वादाचा विषय होता आणि ज्याबद्दल मनूने आपला निर्णय दिला ती अस्पृश्यांची जात होती की दुसरी कोणती जात होती ? या श्लोकाचा 'अस्पृश्यांशी' कोणत्याही प्रकारे संबंध नाही या माझ्या मताच्या समर्थनार्थ, मी दोन गोष्टींवर अवलंबून आहे. पहिली गोष्ट म्हणजे मनूच्या काळात 'अस्पृश्यता' नव्हती. त्यावेळी फक्त 'अपवित्रता' होती. मनूची चांडाळाबद्दलची भावना केवळ द्वेषाची आहे. तो चांडाळ सुद्धा फक्त 'अपवित्र' होता. तसे पाहता या श्लोकाचा अस्पृश्यतेशी कोणत्याही प्रकारे संबंध असू शकत नाही. दुसरे म्हणजे, हा श्लोक 'अस्पृश्यांशी' नसून 'गुलामां'शी संबंधित आहे याचे समर्थन करण्यासाठी आपल्याकडे पुरावे आहेत. या कल्पनेचा आधार 'नारद स्मृती'च्या त्या श्लोकाची भाषा आहे, जी या पुस्तकाच्या सातव्या प्रकरणात उद्धृत केली आहे, जिथे 'अस्पृश्यतेच्या आधारावर व्यवसायांची चर्चा आहे'. हे लक्षात घेण्यासारखे आहे की नारद-स्मृतीने गुलामांचा उल्लेख पाचवा वर्ण म्हणून केला आहे. नारद-स्मृतिमधील पाचव्या वर्णाचा अर्थ दास असा होऊ शकतो, तर मनुस्मृतिमधील पाचव्या वर्णाचा अर्थ गुलाम असा नसावा असे समजण्याचे काही कारण नाही. जर हा युक्तिवाद बरोबर असेल, तर मनूच्या काळात 'अस्पृश्यता' होती आणि मनू 'अस्पृश्यांचा' जातिव्यवस्थेत समावेश करायला तयार नव्हता या विधानाला काहीही अर्थ उरत नाही की मनुच्या काळात अस्पृष्यता होती आणि मनु अस्पृष्यांना वर्ण व्यवस्थेत सामील करून घेण्यास तयार नव्हता. या कारणांमुळे मनुस्मृतीचा हा श्लोक अस्पृश्यतेशी संबंधित नाही आणि त्यामुळे त्यावर विश्वास ठेवण्याचे कारण नाही की मनुच्या काळी अस्पृश्यता होती.

अशा प्रकारे आपण 'अस्पृश्यतेच्या' उत्पत्तीच्या मर्यादा निश्चितपणे ठरवू शकतो. मनुस्मृतीने अस्पृश्यता पाळण्याचा आदेश दिला नाही असे आपण निश्चितपणे म्हणू शकतो, तरीही एक महत्त्वाचा प्रश्न उरतो. मनुस्मृतीचा काळ कोणता ? या प्रश्नाच्या

उत्तराशिवाय सामान्य माणसाला विशिष्ट कालखंडात अस्पृश्यतेचे अस्तित्व होते किंवा नव्हते याबद्दल काहीही सांगणे कठीण आहे. मनुस्मृतीच्या कालखंडाबाबत पंडितांमध्ये एकमत नाही. काहीजण ते अतिशय प्राचीन असल्याचे मानतात तर काहीजण अतिशय आधुनिक. सर्व बाबींचा विचार करून प्रा.बुहलरने मनुस्मृतीचा एक काळ निश्चित केला आहे, जो खरा वाटतो.

श्री बुहलर यांच्या मते, मनुस्मृती आज आपल्याला माहीत आहे ती इसवी सनाच्या दुसऱ्या शतकात अस्तित्वात आली. केवळ प्रा. बुहलर यांनीच मनुस्मृतीचा इतका अचूक काळ निश्चित केला नाही, तर श्री दफ्तरीही याच निष्कर्षावर पोहोचले आहेत. सन १८५ नंतर मनुस्मृती अस्तित्वात आली असे त्यांचे मत आहे. या आधी नाही. श्री दफ्तरी यांनी असा युक्तिवाद केला की मौर्य वंशातील बौद्ध राजा बृहद्रथ याच्या हत्येशी त्याचा थेट संबंध आहे, जो त्याच्या ब्राह्मण सेनापती पुष्यमित्रने केला होता. हा अपघात इसवी सनपूर्व १८५ मध्ये झाला असल्याने मनुस्मृती १८५ नंतर लिहिली गेली असावी. अशा निकालाचे समर्थन करण्यासाठी, पुष्यमित्राने केलेला बृहद्रथ मौर्याचा खून आणि मनुस्मृतीचे लेखन यांचा संबंध भक्कम आणि अकाट्य पुराव्यानिशी सिद्ध करणे आवश्यक आहे. दुर्दैवाने श्री दफ्तरी यांनी तसे केले नाही. म्हणून, त्यांचे परिणाम निराधार असल्याचे दिसून येते आणि या प्रकारच्या संबंधांची स्थापना आवश्यक आहे. सुदैवाने, या संदर्भात साक्षीची कमतरता नाही.

दुर्दैवाने, पुष्यमित्राने केलेल्या बृहद्रथ मौर्याच्या हत्येकडे कोणाचेच लक्ष गेले नाही, किंवा त्याकडे हवे तितके लक्ष वेधले गेले नाही. इतिहासकारांनी याला दोन व्यक्तींमधील वैयक्तिक वादाचे स्वरूप दिले आणि सामान्य घटना समजले. जर आपण त्याच्या परिणामांकडे लक्ष दिले तर ती एक युग निर्माण करणारी घटना होती. या घटनेचे महत्त्व यावरून मोजले जाऊ शकत नाही की हा दोन राजवंशांचा बदल होता, म्हणजेच मौर्याद्वारा शृंगांचे स्थान. ही फ्रांसच्या राजकीय क्रांतीपेक्षा मोठी नसली तरी तितकीच मोठी राज्यक्रांती होती. ही एक क्रांती होती 'लाल क्रांती'. बौद्ध राजांची सत्ता उलथून पाडणे त्याचा उद्देश होता. त्याचा प्रवर्तक होता ब्राह्मण पुष्यमित्र.

विजयी ब्राह्मणवादाला अनेक गोष्टींची गरज होती. साहजिकच त्यासाठी चातुर्वर्ण्य हा देशाचा कायदा करणे आवश्यक होते. बौद्ध ते नाकारायचे. बौद्धांनी कमी किंवा अधिक शिक्षा मिळत असे. अनेकदा गुन्हा करून त्याचा डावा हातच तोडत असत. राजाच्या सोबत असणाऱ्या अंगरक्षकांना ठराविक पगार असे. द्यावा लागतो आणि असे करून ते शेती कसणे सुरू ठेवू शकतात. बंद करायचे असेल तर बंद करू

शकतात. राजा शारीरिक शिक्षा करतो. देशभर चांडाळांशिवाय कोणी जीवहत्या करीत नाहीत, ना कोणी मद्यपान करतो, ना लसून, कांदा खातो. चांडाळाला कुपुरूष म्हटल्या ते एकमेकांपासून दूर रहातात. ते जर बाजारात किंवा वस्तीत जातात, तेव्हा त्यांच्याजवळ कोणी येऊ नये म्हणून लाकडाच्या तुकड्याने विशिष्ट आवाज करतात. या प्रदेशात ही लोकं ना कोंबडी पाळतात, ना डुक्कर. ते प्राण्याची खरेदी विक्री करीत नाहीत. येथील खुल्या बाजारात खाटीकखाना नाहीत. दारूची दुकाने नाहीत. ते खरेदी-विक्रीमध्ये कवड्यांचा उपयोग करतात. चांडाळांचे काम आहे, शिकार करणे आणि मासे विकणे.

हे विधान फाहिएनच्या काळात अस्पृश्यतेच्या अस्तित्वाचा पुरावा म्हणून स्वीकारता येईल का ? चांडालांना कसे वागवले गेले याच्या वर्णनाच्या एका भागावरून असा निष्कर्ष काढता येतो की फाहिएनच्या काळात 'अस्पृश्यता' अस्तित्वात होती.

मात्र हा उल्लेख मान्य करणे कठीण जाते. यामुळे कठीण आहे की जे काही सांगितले आहे ते चांडाळांबद्दल आहे. 'अस्पृश्यते'चे असणे किंवा नसणे हे सिद्ध करण्यासाठी 'चांडाळा'चे उदाहरण ठीक नाही. ब्राह्मण चांडाळांना त्यांचे पारंपरिक शत्रू मानत आले आहेत. त्यांच्यावर घृणास्पद वर्तनाचा आरोप करणे, त्यांच्याबद्दल अपमानास्पद शब्द वापरणे आणि त्यांच्या द्वेषाचे समाधान करण्यासाठी ते त्यांच्याशी पूर्णपणे कृत्रिमपणे वागणे हे स्वाभाविक आहे. त्यामुळे चांडाळांबद्दल जे काही सांगितले जाते, त्यावर विचार करूनच विश्वास ठेवला पाहिजे.

हा युक्तिवाद केवळ काल्पनीक नाही. ज्यांना हा युक्तिवाद कमकुवत वाटतो ते बाणचे 'कादंबरी' मधील चांडालांशी असलेले वेगळे वर्तन पुरावा समजू शकतात. कादंबरीची कथा खूप गुंतागुंतीची आहे. किंबहुना त्याच्याशी आपले विशेष नातेही नाही. आपल्या हेतूसाठी एवढी माहिती पुरेशी आहे की ही कथा राजा शूद्रकाला एका चांडाळ मुलीने वाढवलेल्या वैशंपायन नावाच्या पोपटाने सांगितली आहे. कादंबरींचे खालील अवतरण आपल्यासाठी महत्त्वाचे आहे. बाणांनी चांडाळ बंदोबस्ताचे जे वर्णन दिले आहे त्यापासून सुरूवात करणे चांगले होईल. ते असेः

'मी रानटी लोकांची वसाहत पाहिली. दुष्कर्मांची साक्षात एक बाजारपेठच, सगळीकडे शिकार करणारी मूलं, त्यांनी सोडलेली कुत्री, त्यांना डावपेच शिकवत, त्यांचे जाळे दुरूस्त करीत, शस्त्रे नेत आहेत, मासेमारी करतात, भुतांसारखी वेशभूषा केलेले. त्यांच्या वस्तीचे दरवाजे दाट बांबूच्या जंगलानी वेढलेले, सर्व घरातून निघणारा धूर, रस्त्यावर पडलेल्या कचऱ्याच्या ढिगाऱ्यांवर पडलेली हाडे, झोपड्यांच्या अंगणात

सांडलेले रक्त, मांस, तेल-चरबी, कपडे खडबडीत रेशीम, कोरड्या चामड्याचे आसन, घरांचे रक्षण करण्यासाठी कुत्रे, बसलेली गुरेढोरे, लोकांसाठी काम, स्त्रिया आणि दारू, देवतांना रक्तबळी, प्राण्यांची कत्तल, हे ठिकाण म्हणजे साक्षात नरकाचे प्रतीक होते.

या प्रकाराच्या वस्तीतून चांडाळ मुलगी आपल्या पोपटासह शूद्रकाच्या राजवाड्यात जाते. शूद्रक राजा आपल्या दरबारात बसला आहे. द्वारपाल आत येते आणि खालील माहिती देते. 'महाराज, दक्षिणेकडून आलेली चांडाळ कन्या दारात उभी आहे. ती त्रिशंकू वंशीची सुंदर कन्या आहे जी स्वर्गात गेली होती पण क्रोधित इंद्राच्या वज्र प्रहारामुळे जमिनीवर आली. तिच्याकडे एका पिंजऱ्यात एक पोपट आहे आणि तिने मला सांगितले आहे की, महाराज, तुम्हाला ती विनंती करते की, तुम्ही समुद्राप्रमाणे जगातील सर्व रत्ने प्राप्त करण्यास सक्षम आहात, हे समजून घेणे की हा पोपट जगातील एक अद्भुत आणि अमूल्य रत्न आहे. तो तुम्हाला अर्पण करण्यासाठी आणला आहे आणि त्यासाठी तिला तुमचे दर्शन घ्यायचे आहे, तुम्ही तिचा संदेश ऐकला आहे. आपली आज्ञा सांगा.

अशाप्रकारे तिने भाषण केले. कुतूहल जागृत झालेल्या राजाने दरबारी लोकांकडे पाहून 'का नाही, बोलवा तिला' असे म्हणत परवानगी दिली. मग राजाज्ञा मिळताच द्वारपालने त्या चांडाळ मुलीला आत येऊ दिले. ती आली पण दरबारींनी प्रथम तिच्याकडे लक्ष दिले नाही. राजाचे लक्ष वेधण्यासाठी तिने बांबुची काठी फरशीवर आपटली. पुढे बाण या सौंदर्याचे वर्णन करतात, 'तेव्हा राजाने 'इकडे बघ' म्हणत द्वारपालाच्या सांगण्याप्रमाणे त्या चांडाळ मुलीच्या पोशाखाकडे लक्षपूर्वक पाहिले. एक माणूस तिच्या समोरून चालत होता, ज्याचे केस वयामुळे पांढरे झाले होते, ज्याचे डोळे कमळाप्रमाणे लाल होते. ज्याचे शरीर म्हातारे होऊनही बळकट होते, त्याचा आवतार जरी मातंगासारखा असला तरी ते दुर्लक्ष करण्यासारखे नव्हते. दरबाराला शोभतील असे त्याने पांढरे वस्त्र परिधाने केले होते. त्याच्या मागे पांढरे कपडे घातलेला एक चांडाळ मुलगा होता, ज्याचे केस दोन्ही खंद्यावर रूळत होते. त्याच्या हातात एक पिंजरा होता. त्याच्या पिंजऱ्याचा रंग सोनेरी असला तरी त्याच्यावर पडलेल्या सावलीमुळे तो निलमप्रमाणे चमकत होता. ती चांडाळ कन्या सावळ्या रंगामुळे कृष्णासमान दिसत होती, जिने एकदा राक्षसांपासून अमृत मिळवण्यासाठी स्त्रीरूप धारण केले होते. ती अशी भासत होती की नीलमवी प्रमितमा चालत येत होती. तिच्या निळ्या वस्त्रावर, जे डोक्यावर लटकलेले होते, लाल रंगाची रेशमाची एक चांदर अंगावर होती, जणू सांयकालीन सूर्य निळ्या कमळावर चमकत आहे. तिच्या कानात लटकलेल्या बालीमुळे

तिच्या गालाचा रंग कानातल्या कमळावर सूर्य चमकत होता, उगवत्या चंद्राच्या किरणांमुळे तिचा गालाचा रंग पांढरा झाला होता. जणू उगवत्या चंद्रामुळे प्रकामान होणारी पृथ्वी. तिच्या कपाळावर एक तिलक होता, जणू काही तिसरा डोळा. ती भगवान शिवाच्या शरीरावर शोभलेल्या पर्वतारोही पार्वतींसारखी दिसत होती.'

'ती श्री (लक्ष्मी) सारखी सुंदर होती, जिची वस्त्रे नारायणाच्या निळ्या सावलीच्या सौंदर्याने शोभली होती; किंवा क्रोधित शिवाने जाळलेल्या कामदेवाच्या अग्नीतून निर्माण झालेल्या धुराने काळवंडलेल्या रतीप्रमाणे; किंवा बलरामाच्या नांगराच्या भीतीने पळून जाणाऱ्या यमुनासारखी, किंवा तिच्या कमळासारख्या पायातील कळ्या काढलेल्या खोल लाखातून, जसे की दुर्गेच्या रक्ताच्या पायांनी दैत्य महिषासुराला वश केले.'

'तिच्या बोटांच्या गडद लालसरपणामुळे तिची नखे गुलाबी होती, रंगवलेल्या फरशा तिच्या मऊ स्पर्शासाठी खूप कठीण होत्या. तिने पुढे पाऊल टाकले आणि जमिनीवर पाय ठेवला जणू ते दोन कमळाच्या फांद्या आहेत.' तिच्या पायांतून निघणाऱ्या अग्नीच्या किरणांनी तिला वेढले, जणू ती अग्नीच्या भुजांनी वेढली होती, जणू तिच्या सौंदर्याने मोहित होऊन, तो तिच्या जन्माची अशुद्धता दूर करून ब्रह्माच्या कृतला 'अकृत' बनवण्याचा प्रयत्न करत होता.

'तिची कंबर जणू काही ताऱ्यांची रांग तिच्या कपाळावर प्रेमाच्या हातांनी जडलेली होती; तिचा हार मोठमोठ्या चमकदार मोत्यांची तार होती, जणू गंगेचा प्रवाह नुकताच वाहून गेला होता. यमुनेने रंग दिला जणू.

'शरद ऋतूप्रमाणे, तिने तिचे कमळासारखे डोळे उघडले. पावसाळ्यातील ढगांप्रमाणे, तिचे काळे केस होते, मलय पर्वतरांगाप्रमाणे, ती चंदनाने माखलेली होती, राशीप्रमाणे ती मोत्याने जडलेली होती; सरस्वतीसारखी. तिचा हात कमळासारखा सुंदर होता; जसा निद्रेप्रमाणे डोळ्यांवर तिचा अधिकार होता. जंगलाप्रमाणे तिच्याकडे जिवंत सौंदर्य होते. देवकन्येप्रमाणे तिच्यावर कोणाचा अधिकार नव्हता. निद्राप्रमाणे ती डाळयावर जादू करीत असे, ज्याप्रकारे जंगलातील एक कमळ तळ्यातील हात्तीवर क्रोधित होते, त्याप्रमाणे जन्माने मातंग असल्याने ती आभाहीन होती. देवतेप्रमाणे तिला स्पर्श करता येत नव्हता, यंत्राप्रमाणे केवळ डोळ्यांना सुख देणारी होती. वसंताच्या फुलाप्रमाणे ती फुलविरहित होती, कामदेवाच्या धनुषाप्रमाणे तिची कंबर हाताने ताणल्या जाऊ शकत होते. तिचे केस एका हाताने पसरलेले होते, अलकापुरीच्या यक्ष-राजाच्या लक्ष्मीप्रमाणे होते. तिचे तारूण नुकतेच बहरले होते, ती अंत्यत सुदंर होती.

राजाला आश्चर्य वाटले. तो विचार करू लागला 'निर्मात्याने हे सौंदर्य नको त्या

ठिकाणी जन्माला घातले आहे. कारण जर ती चांडाळ रूपाची खिल्ली उडवण्यासाठी जन्माला आली असेल आणि संपूर्ण जगातील सौंदर्याच तिच्याकडून उपहास होत असेल, तर ती अशा जातीत का जन्माला आली की कोणालाही तिचा उपभोग घेता येऊ नये. हे निःसंशयपणे प्रजापतींनी त्याच्या कल्पनेतच तिची निर्मिती केली असावी. अन्यथा हे अस्पृश्य कुठे होते त्याला भीती वाटू लागली की मातंग जातीच्या स्पर्शाने त्याला काही भोगावे तर लागणार नाही, नाहीतर हे अस्पृष्य-सौंदर्य, जे हाताने बनवलेल्या अवयवातून येऊ शकत नाही, कसे आले ? आणि तिचे रूप जरी सुंदर आहे, तरीही तिच्या जन्माच्या नीचपणामुळे, ती मृत्युलोकच्या लक्ष्मीप्रमाणे देवतांच्या निरंतर निंदेचे कारण आहे, तसेच किंवा तिच्या सौंदयामुळे अशाप्रकारच्या विचित्र रचना करणाऱ्या ब्रह्माच्या मनात भीती निर्माण केली. ज्यावेळी राजा असा विचार करत होता, ती मुलगी, मोठ्या आत्मविश्वासाने तिच्या वयाहून अधिक असणारी गोष्ट होती, राजासमोर झुकली, कानापर्यंत फुलांनी लगडलेली होती. ज्यावेळी ती प्रणाम करून पुढे आली तेव्हा तिच्या नोकराने पिंजऱ्यात शिरलेल्या पोपटाला तिच्या स्वाधीन केले. दोन चार पाऊले पुढे जात राजाला तो पोपट दाखवत म्हणाली,

'महाराज ! या पोपटाचे नाव आहे वैशंपायन. त्याला सर्व धर्मग्रंथांचा अर्थ माहीत आहे. राजकारण हाताळण्यात तो तरबेज आहे. कथा, इतिहास आणि पुराणांचा तो अभ्यासक आहे. त्याला संगीताची लय ताल अवगत आहे. हा सुंदर अनोखे आधुनिक प्रेमकथा आणि कविता रचायचा. आम्हाला ऐकवायचा. तो बासरी वाजवण्यात पारंगत होता, तो नृत्य कलेत पारंगत होता, तो खेळ आणि घोड्यांमध्ये शूर होता, लोकं तसेच स्त्रीयांच्या लक्षणाचा जाणकार आहे. तो संपूर्ण पृथ्वीचा रत्न आहे. माझ्या मालकाची पुत्री, ज्याप्रमाणे मोत्यांचे स्थान समुद्रात आहे, त्याचप्रमाणे तुम्ही पृथ्वीची संपत्ती आहात. त्याला तुम्हाला अर्पण करण्यासाठी आणले आहे.

महाराजांनी याचा स्वीकार करावा.

चांडाळ-कन्याचे हे वर्णन वाचल्यावर अनेक प्रश्न निर्माण होतात. सर्वप्रथम, हे वर्णन फाहियानच्या वर्णनापेक्षा किती वेगळे आहे ? दुसरा, बाण एक वात्स्यायन ब्राह्मण आहे. यानंतर वात्स्यायन ब्राह्मणाने चांडाळ वस्तीचे वर्णन अशा प्रकारे केले आहे, चांडाल कन्येचे वैभव सांगण्यास अजिबात संकोच केला नाही. हे वर्णन 'अस्पृश्यते'शी निगडीत प्रथम दर्जाच्या द्वेषाच्या भावनेशी ताळमेळ बसतो का ? जर चांडाळ अस्पृश्य असते तर अस्पृश्य मुलगी राजाच्या महालात कशी जाऊ शकते ? बाण अशी भाषा अस्पृश्यांसाठी कशी वापरू शकेल ? पतित होणे तर दूरच, बाणाच्या काळात चांडाळांमध्येही

राजवंश होते. बाण स्वतः तिला चांडळकन्या म्हणतो. इसवी सन ६०० च्या सुमारास ब्राह्मणांनी कादंबरी लिहिली. याचा अर्थ असा की ६०० पर्यंत चांडाल अस्पृश्य मानले जात नव्हते.

यावरून असे दिसते की फाहिएन स्थितीचे वर्णन केले आहे. यातून एकदम एक एक शक्यता दिसते की फाहिएनने ज्या स्थितीचे वर्णन केले आहे, ती अस्पृश्यतेच्या सीमारेषेला स्पर्श करते, परंतु ती अस्पृश्यता असू शकत नाही. हे शक्य आहे की ही अपवित्रतेची मर्यादा असावी. ब्राह्मणांना या प्रकारच्या 'अपवित्रतेचा' अतिरेक करण्याची वाईट सवय आहे. फाहिएन भारतात आला तेव्हा तो गुप्त राजांच्या अधिपत्याखाली होता हे लक्षात ठेवल्यास हे अधिक शक्य दिसते. गुप्त नरेश हे ब्राह्मणवादाचे समर्थक होते. हा तो काळ आहे जेव्हा ब्राह्मणवाद पुनरुज्जीवित झाला आणि विजयी झाला. हे शक्य आहे की फाहिएन जे वर्णन करतो ती 'अस्पृश्यता' नसून एक मर्यादा होती. ब्राह्मण ही अपवित्रता वाढवू इच्छित होते. ही अपवित्रता काही जातींशी, विशेषतः चांडाळांशी संबंधित होती. भारतात आलेला दुसरा चिनी प्रवासी युवान चुआंग होता. ६२९ मध्ये तो भारतात आला. तो १६ वर्षे भारतात राहिला आणि लोकांच्या चालीरीती आणि विधी आणि देशाच्या एका टोकापासून दुसऱ्या टोकापर्यंतच्या त्याच्या प्रवासाची खरी माहिती त्याने आपल्या मागे ठेवली आहे. भारतातील घरे आणि शहरांच्या सामान्य स्थितीचे वर्णन करताना तो म्हणतो,

'ज्या वस्त्या आणि शहरांत ते वास्तव्य करतात, ते शहरं आणि भागाच्या भिंती उंच आणि रुंद आहेत, पण रस्ते अरुंद आणि वाकडे तिकडे आहेत. दुकाने रस्त्यांवर आहेत आणि सराय रस्त्याच्या कडेला आहेत. कसाई, धोबी, कलाकार, नर्तक, वेश्या आणि भंग्यांच्या स्त्रीयां आहेत. एका विशिष्ट चिन्हाने वेगळे केले गेले आहे. शहराच्या बाहेर वास्तव्य करण्यास त्यांना भाग पाडले जाते. आणि जेव्हा कधी त्यांना शहरातून जावे लागायचे, तेव्हा ते रस्त्याच्या उजव्या बाजूने दबक्या पाऊलाने चालत."

वरील उदाहरण इतके लहान आहे की त्यावरून कोणताही निश्चित निष्कर्ष काढणे अशक्य आहे. पण यामध्ये एक गोष्ट महत्त्वाची आहे, आणि ती म्हणजे फाहिएनने दिलेले वर्णन केवळ चांडालांशी संबंधित आहे आणि युवान चांगचे वर्णन चांडाळांव्यतिरिक्त इतर जातींनाही लागू होते. ही बाब अत्यंत महत्त्वाची आहे. अशा वर्णनाविरुद्ध कोणताही युक्तिवाद करता येणार नाही कारण ते चांडाळाशिवाय इतर जातींनाही लागू आहे, त्यामुळे युवान चांग भारतात आला तेव्हा अस्पृश्यता अस्तित्वात आली असण्याची शक्यता आहे.

वर सांगितलेल्या गोष्टींच्या आधारे आपण असे म्हणू शकतो. ती अस्पृश्यता इसवी सन २०० मध्ये अस्तित्वात नव्हती, पण ६०० पर्यंत ती अस्तित्वात आली होती.

अस्पृश्यतेची उत्पत्ती ठरवण्यासाठी या दोन वरच्या आणि खालच्या मर्यादा आहेत. अस्पृश्यतेच्या उत्पत्तीची कोणतीही तारीख आपण निश्चित करू शकतो जी अंदाजे बरोबर आहे ? मला असे वाटते की जर आपण गोमांस खाण्यापासून सुरुवात केली तर आपण असे म्हणू शकतो की गोमांस खाणे हे अस्पृश्यतेच्या मुळाशी आहे. जर आपण गोमांस खाण्यावर बंदी हा आपल्या विचाराचा आधार बनवला तर त्याचा अर्थ असा होतो की अस्पृश्यतेचा उगम गोहत्या आणि गोमांस खाण्याच्या बंदीशी थेट संबंधीत असावा. गोहत्या कधी गुन्हा झाला आणि गोमांस खाणे कधी पाप झाले हे सांगता आले तर अस्पृश्यतेची उत्पत्तीची तारीख ठरवता येईल जी जवळपास बरोबर असेल.

गोहत्या गुन्हा घोषित करण्यात आली ? आपल्याला माहीत आहे की मनूने गोमांस खाण्यास मनाई केली नाही किंवा गोहत्या हा गुन्हा ठरवला नाही. हा गुन्हा कधी झाला ? जसे डॉ. डी. आर. इसवी सनाच्या चौथ्या शतकात कधीतरी गुप्त राजांनी गोहत्या हा दंडनीय गुन्हा म्हणून घोषित केला होता, असे भांडारकर यांनी स्पष्ट केले आहे.

म्हणूनच अस्पृश्यतेचा उगम इसवी सन ४०० च्या आसपास कधीतरी झाला असे आपण आत्मविश्वासाने म्हणू शकतो. हे बौद्ध आणि ब्राह्मण धर्म यांच्यातील संघर्षातून उद्भवले. या संघर्षाने भारताचा इतिहास पूर्णपणे बदलून टाकला आहे. भारतीय इतिहासाच्या विद्यार्थ्यांनी याच्या अभ्यासाकडे दुर्लक्ष केले हे खेदजनक आहे.

OOO

मराठी पुस्तकें

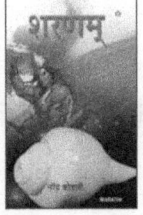

डायमंड बुक्स

X-30, ओखला इंडस्ट्रियल एरिया, फेज- II, नयी दिल्ली- 110 020
फोन : 011- 40712200, www.diamondbook.in, sales@dpb.in

मराठी पुस्तकें

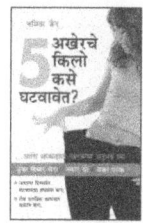    

डायमंड बुक्स
X-30, ओखला इंडस्ट्रियल एरिया, फेज- II, नवी दिल्ली- 110 020
फोन : 011- 40712200, www.diamondbook.in, sales@dpb.in

मराठी पुस्तकें

   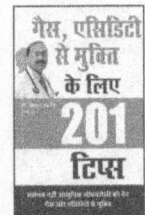 

डायमंड बुक्स

X-30, ओखला इं इंडस्ट्रियल एरिया, फेज- II, नवी दिल्ली- 110 020
फोन : 011- 40712200 www.diamondbook.in, sales@dpb.in